உயிரின் அழைப்பு

கு. ப. சேது அம்மாள்

Title: Uyirin Azhaippu

Author: Ku. Pa. Sethu Ammal

Language: Tamil

First Published on: 1966

Year of Publication: 2025

Book Format: Paperback

*Page Size: 6inch * 9inch*

Category: Fiction

Subject: Short Stories

No. of pages: 112

ISBN: 978-81-685112-1-7

Published by: Nilan Publishers, Madurai, Tamilnadu, India

பொருளடக்கம்

குறிப்புகளுக்காக

பதிப்புரை

மறுமலர்ச்சி இலக்கியத்தில் மணிக்கொடி யுகம் ஒரு முக்யமான காலமாகும். அக்காலத்தில்தான் பல மணியான இலக்கிய கர்த்தாக்கள் தோன்றினார்கள். அவர்களைப் பின்பற்றிப் பலர் இலக்கியப் பணியில் ஈடுபடத் தொடங்கியதும் அந்தக் காலத்தில் தான்.

சிறு கதை மன்னர் என்று அழைக்கப்படும், கு.ப.ரா. (கு. ப. ராஜகோபாலன்) புதுமைப்பித்தன், (சோ.விருத்தாசலம்) நா. பிச்சமூர்த்தி, சிட்டி, (பெ. கோ. சுந்தர ராஜன்) ஆகியோருடன் பல பெண்மணிகளும் மணிக்கொடி தோற்றுவித்த மணிகள் தாம், சகோதரர் கு.ப.ரா.வைப் பின்பற்றி கு. ப.சேது அம்மாளும் அந்தக் காலத்தில்தான் இலக்கியப் பணியில் ஈடுபட்டார்.

உள்ளத்தை உருக்கும் கதைகளை கு. ப.சேது அம்மாள் அவர்கள் எழுதி வந்தார். அவர்களைப் பின்பற்றியே பல பெண்மணிகள் இலக்கியப் பணியில் ஈடுபடலாயினர்.

சேது அம்மாள் அவர்களின் கதைகள் எல்லாமே உயிர்த்துடிப்பு உள்ளவை. படிப்பவர் மனதை உருக்கி விடக்கூடியவை. முப்பது ஆண்டுகளுக்கு மேலாக அவர் தம் சொந்த சுகத்துக்கங்களையும் பாராமல் இடைவிடாது இவர் இலக்கியப்பணி செய்து வருகிறார்.

அவர் இன்னும் பல்லாண்டு வாழ்ந்து மறுமலர்ச்சி இலக்கியத்திற்குத் தொண்டு புரிய வேண்டும் என்பதே என் அவா. அவருடைய எழுத்தோவியங்கள் ஒவ்வொன்றையும் தொடர்ந்து வெளியிட ஆவலாக இருக்கிறேன்.

இதற்குத் தமிழ்ப் பெரு மக்கள் தங்கள் ஒத்துழைப்பையும் ஆதரவையும் பூரணமாகத் தருவார்கள் என்று நம்புகிறேன்.

9-9-1966

வந்தனம்
வி.எஸ். வெங்கடேசன்

உயிரின் அழைப்பு

"நேற்றையிலே இருந்து பார்த்துக் கொண்டுதான் இருக்கிறேன்! ஆனால் அதைப்பற்றி இனிமேல் தர்க்கம் பண்ணி உபயோகமில்லை! இப்போ நீ போய் பெண்ணை மட்டும் அழைத்துக் கொண்டுவா; போனதுபோக, மிச்சமிருக்கிற மானத்தோடாவது ஊர்போய்ச் சேர்வோம். அவன் பணமுமாச்சு, அவனுமாச்சு......'

"இரையாதே சாமா, நன்றாக இராது. கலியாணம்னால் நாலும்தாண்டா இருக்கும், அதோட... சம்பந்தி உன்னை இங்கே நிறுத்திக்கணும்னு ஆசைபடறாராம்...."

கோபத்துடன் தாயாரைக் கூர்ந்து பார்த்தான் சுவாமி நாதன்.

"கோபம் வர சமய சந்தர்ப்பம் உண்டு. ஏதோ அவா ஆசைக்குச் சொல்லியிருக்கா. உனக்கு இஷ்டமில்லைன்னா, முக தாட்சண்யம் தட்டாமல் ஒரு பத்து நாளைக்கு இருந்து விட்டு ஆம்பிடையாளையும் அழைத்துக் கொண்டு வந்துடேன்!"

"முடியாது? பெண்ணை நம்மோடு ஊருக்கு அனுப்புகிறார்களா இல்லையா என்பதைத் தெரிஞ்சுண்டு வா போய்" என்று சீறினான் சுவாமிநாதன்.

எதிர்பாராதவிதமாகப் பிரணதார்த்தி அங்கே பிரசன்னமாகிக் கொண்டே, " அடடா! மாப்பிள்ளைக்கு என்ன இவ்வளவு கோபம் சம்பந்தியம்மா? ஏதோ ஈசுவர கிருபையிலே ஏழுதலைமுறை காணும்படி இருக்கிற வீடு. மாப்பிள்ளை சம்பந்திகள் எல்லோருமே இங்கேயே இருக்கலாம் என்கிற நினைப்பில் பிரஸ்தாபம் செய்தது நிஜம்தான்..." என்றார்.

சுவாமிநாதன் புயலாக தாயின் பக்கம் திரும்பி, "கேட்டுக் கொண்டாயா? ஜாதகம் கொடுக்கிற போது நான் என்ன சொன்னேன் நினைவிருக்கிறதா உனக்கு?" என்றான்

நாகசாமி குறுக்கிட்டு, "சாமா வார்த்தையை ரொம்பச் செலவழிக்காதே. பேசாமலிரு. யோசிப்போமே!" என்றார், நிலைமையைச் சமாளிக்க.

பிரணதார்த்தி கர்வத்துடன் தலை நிமிர்ந்தார். "சம்பந்தி வாள் லோகசகஜமான உத்தேசம்தான் நான் பண்ணினதும். ஒரே பெண் என்று இருக்கிறவா, மாப்பிள்ளையை ஆத்தில் வைத்துக் கொண்டு, ஆசை, அருமைகளைக் கொண்டாடி சந்தோஷப்பட்டு கண்ணால் பார்க்கணும் தான்-''

"ஊம் அதற்கு என்று ஏழை குமாஸ்தாவின் பிள்ளையாகப் பார்த்துப் பிடித்தீராக்கும் பாவம். இஷ்டமிருந்தால் பெண்ணை அனுப்பும். இல்லாவிட்டால் வைத்துக்கொள்ளும்; உம் சொத்தும் வேண்டாம், சுகமும் வேண்டாம்! மனிதனுக்கு மானம், மரியாதைதான் முக்கியம். அதைக்கொண்டு எனக்கு பிழைத்துக் கொள்ளத் தெரியும்..."

"அதிகப்பிரசங்கி! பேசாமலிருடா! பெரியவா, பெருந் தலைன்னு இல்லை?'' என்று அதட்டி அடக்கப் பார்த்தார் பணக்கார மாமா.

"பெரியவர்களாக, நீங்களும், அவர்களும் இருங்கள். நீ கட்டம்மா மூட்டையை, அவர்கள் பெண்வரும்; அவர்கள் கொடுத்த சீரும் வரட்டும்" என்றான் சுவாமிநாதன் முறைப்பாக.

"கிடக்கிறது விட்டுப்பிடியுங்கள்! புதுமாப்பிள்ளை முறுக்கு! ஆறாமாசம், தீபாவளி என்று இரண்டு நடை வேட்டகம் வந்தால், தன்னால் சரியாகப் போய்விடும்" என்று சமரசம் பேசினார் அவர்.

கோபம் தாளாமல் மாடிக்குப் போய்விடடான் சுவாமி நாதன்.

பிரணதார்த்தி மிடுக்குடன் திரும்பிப் புறப்பட்டவாறு, "என்னவோ, எல்லோருமாக யோசனை பண்ணி பிள்ளை யாண்டானுக்குப் புத்தி சொல்லுங்கள். மாப்பிள்ளை மட்டுமாக நான் இருக்கச் சொல்லவில்லை. திருவையாறு க்ஷேத்திர வாசமாச்சே, வயசு காலத்தில் நீங்கள் ஹாய்யாக சிவதரிசனம் பண்ணிண்டு இருக்கலாம். இதுவும் உங்கள் வீடாகப் பாவித்துக் கொண்டால் தப்பே தெரியாது! என்ன நான் சொல்றது?" என்றார்.

"போய் யோசனை பண்ணி எழுதுகிறோம். சுபமாக குழந்தை இப்போது எங்களோடு வரட்டும். அவன் மனசுக்கும் சித்தே ஆறுதலாக இருக்கும்..."

"ஆகா, நீங்கள் புறப்படுங்கள். பின்னாலேயே நாங்கள் தர்முவை அழைச்சிண்டு வரோம்!... டேய் சந்த, தாம்பூலம், தேங்காய்க் கூடை எங்கேடா?" என்று அதட்டிக் கொண்டே வெளியேறினார் பிரணதார்த்தி.

அடுத்த பத்து நிமிஷங்களில் பிள்ளை வீட்டார்கள் புறப்பட்டார்கள். மணப்பெண் தர்மு, பிழிய பிழிய அழுது கொண்டு மாடி ஜன்னல் வழியாக மாமனார், மாமியார், கணவன், பந்துக்கள் யாவரும் வண்டியேறுவதைப் பார்த்தாள்.

கணவன் தன்புறம் நிமிர்ந்து பார்க்க மாட்டானா, தன்னை அழைக்க மாட்டானா, என்று துடித்தாள், தவித்தாள்!

அவன் ஏன் நிமிர்ந்து பார்க்கிறான்?

உலகில், பணம், பதவி, சுக சௌக்கியங்களைச் சிறிதும் கருதாமல் சுய மதிப்புள்ளவன், மானம் மிக்கவர்களில் முதல்வன் உண்டு என்றால் அது சுவாமிநாதன் தான்!

கர்வமும், பணத்திமிரும், தலை வணங்காமையும், நெஞ்சு உரமும் ஒருங்கே குடிகொண்ட தனவந்தன் என்பதற்கு உபமானம் பிரணதார்த்திதான்! எனவே சாமிவநாதனும் வரவில்லை! பிரணதார்த்தியும் பெண்ணைப் புக்ககம் அனுப்ப

வில்லை? 'தன்னாலே வருவான் பார்!' என்று திமிராகப்பேசி மகளுடைய வியாகூலத்தை அகற்றப் பார்ப்பார்.

தர்மு, கல்லும் உருக, கடிதம் எழுதி வேண்டினாள் கணவனை. தகப்பனாருக்குத் தெரியாமல் தன்னை அழைத்துச் செல்லும்படி கூட வேண்டுகோள் விடுத்தாள்.

சுவாமிநாதனா அசைபவன் ?

"என் கணவனிடம் என்னைக் கொண்டு விடுகிறாயா? உயிரை விட்டு விடட்டுமா?" என்று கேட்கத் தெரியாதபடி இருந்தால் எவ்வளவு நாள் இருக்கிறாளோ இருக்கட்டும்!

இவ்விதம் கருவினான் சுவாமிநாதன்.

2

இடையில் ஏழாண்டுகள் உருண்டோடின!

கோடாலி முடிச்சும் போர்த்தின முதுகுமாக, கோயிலுக்குச் சென்ற தர்முவைப் பார்த்து உள்ளம் நெக்குருக தன்னை மறந்து நின்றிருந்தாள் வாலாம்பாள்.

"அம்மா !"

மேல்துண்டை கக்கத்தில் இடுக்கிக் கொண்டு அடக்கத்தோடு அழைத்த பரஞ்சோதியின் குரல் வாலாம்பாளை நினைவு கொள்ளச் செய்தது!

"எங்கேடாப்பா வந்தே?" என்றாள் வெறுப்பும் வேண்டாமையுமாக.

"அம்மாவைப் பார்க்கத்தானுங்க ; நாளைக்கு ஆடி கடை வெள்ளிக்கிழமையாச்சே, தாழம்பூ ஏகத்துக்கு ஆப்பிடுது தாழம்பூப் பாவாடை, தவன ரவிக்கை, கனகாம்பரத் தாவணியா வச்சுடவா... எப்படின்னு......"

குபீரெனச் சிவந்தது வாலாம்பாள் முகம்! அவள் வாயிலிருந்து சொற்களும் தீக்கங்குகளாக உதிர்ந்தன! " அப்பா பரஞ்சோதி, அந்த அம்பாளுக்கு பாவாடையும் சித்தாடையும் சாத்தின வரைக்கும் போதும். ஏழுவருஷ காலமா, நாள் தவறாமல் அந்திசந்தி இரண்டு வேளையும் அவள் சன்னதியில் நெய் விளக்கேற்ற வீட்டில் இரட்டைப் கண்ணான பசுமாடு கறவை! தெரியுமா உனக்கு? என் குழந்தை தன் கையாலேயே பூச்செடி வச்சு, ஜலம்கொட்டி, பாத்தி கட்டி, வளர்த்த பூச்செடிகளிலிருந்து பூப்பறித்து மாலை, அர்ச்சனைக்கு உதிரி ! தினம் ஒரு வேளை சாப்பாடு, தரையிலே தலைப்பை விரிச்சுப் படுக்கை, வாயிலே, அம்பாளின் ஜபம். இன்னும் என்ன கடினசேவை உண்டு உலகில்? அவள் சன்னதியில் நின்று, கரைந்து உருகி, அழுது தொழுகிறதே என் குழந்தை, அந்தக் கோயிலிலிருப்பது அருள் புரியும் அம்பிகையா, வெறும் கருங்கல்லா? அவள் அம்பிகையானால் கட்டாயம் அவள் நெஞ்சு உருகியிருக்கும்! இல்லை! அது வெறும் கற்சிலை !

"அதனாலே நாளையிலிருந்து என் வீட்டிலிருந்து ஒத்தை பூ வராது! நெய் விளக்கும் ஏற்றப்போவதில்லை."

"ஆமாம்! என்றைக்கு அவள் என் குழந்தைக்கு வாழ்வைத் தருகிறாளோ, அன்றைக்கு அவளுக்கு பிரம்ம உற்சவமாக நடத்திவைக்கிறேன். அதுவரை அவள் இருக்கும் பக்கமே திரும்பமாட்டேன். நட, வந்த வழியைப் பார்த்துக் கொண்டு," என்று வார்த்தையாக சொல்லவில்லை - சிம்ம கர்ஜனையாகக் கர்ஜித்தாள் வாலாம்பாள்.

பரஞ்சோதி அலறிப் போனான் !

வாய் குழற "அம்மா, பதறாதீங்கம்மா. தெய்வத்தோடு கூட நாம் போட்டி போடலாமா தாயே? அவ சன்னதியிலே, நின்னு முறையிட்டது ஒரு நாளும் வீணாப்போவாதும்மா, குழந்தைக்கு வாழ்வு குடுத்தாவணுமே அவ!..." என்றான்.

"எப்போ? ஏழு வருஷ காலமா என் குழந்தை பூவும் மணமுமாக இருக்க வேண்டிய நாளிலே, விரதமும்,

பட்டினியும் கிடந்து மக்கி மடிகிறதுடா மடிகிரது! அதைப் பார்த்துப் பார்த்து மாபாவி நான் சகிக்கிறேன்! இதை விட எனக்கு துக்கம் வேறென்ன வேணும்? தெய்வமாம், பூசையாம், பாவாடையாம், தாவானியாம், போ பேசாமல். நினைக்க நினைக்கப் பத்தியெரிகிறது எனக்கு. ஆமா! நிக்காதே, நட வெளியே" என்று கூறியபடி, அழுகையும் ஆத்திரமும் கொண்டு கம்பிக்கதவை அறைந்து சாத்திவிட்டு உள்ளே போய் விட்டாள் வாலாம்பாள் !

அடிவாங்கிய வாயாக அடங்கி செயலிழந்து படியிறங்கி நடந்தான் பரஞ்சோதி!

"ஆத்தா? அதுந்து பேசி அறியாத அம்மாவா இப்பிடி காளியாத்தாளா மாறி கனல் தெறிக்க முளிச்சு, அனல் பறக்கப் பேசினாங்க ? ஆனா அவங்கமேலே என்ன தப்பு?" நடை தள்ளாட உள்ளம் துடிக்க ஆலயத்தை நோக்கி நடந்தான் பரஞ்ஜோதி.

அவன் திருவையாறுடைய அப்பனுக்கும், அம்மைக்கும் புஷ்பப்பணி புரியும் பக்தன். ஏகாங்கி, பாரமார்த்திக உள்ளம் படைத்த உத்தமன். நேரமெல்லாம், நீர்மலி வேணியனையும், தர்மாம்பிகையையும் நினைந்துருகும் நெஞ்சினன். தன் தாயாக நினைத்து அன்பு கலந்த பக்தியோடு அவன் தொழும் அம்பிகையின் சன்னதியில் வந்து நின்றான்!

தாயின் மீது வாலாம்பாள் ஏற்றிய பழிக்காற்றாது கண்ணிரண்டும் மாரிபொழிய பெருங்குரலெடுத்து, அடி அம்மே, என்னைப் பெத்தாளே; இது என்ன அநியாயமடி; உன் மேலே குத்தம் சொல்லி பழியேத்தறப்போ, பதில் சொல்ல வகையில்லாம, வாயடச்சு நின்னுட்டு, உன் கிட்டே ஓடியாந்திருக்கேண்டியம்மா! பெண்பாவம் பொல்லாதும் பாங்களே - உனக்கு அது தெரியாதோ? ஏழு வருஷமா, உன் மின்னே நெய் விளக்கேத்தி வச்சு, நின்னு, வாழ்வுப் பிச்சை கேக்குதே அந்தப்பொண்ணு- நீ வாயை மூடிக்கிட்டு நின்னயான அதுக்கு என்ன அர்த்தம் ? அவங்க மக வாழ்வு

மணம் பெறணும்னு, எவ்வளவு பூபந்தல், பூப்பாவாடையா உனக்குச் சொரிஞ்சிருக்கணும்? நினைச்சுப் பாத்தியா நெஞ்சிலே?

"வேணாம்டி தாயே, வேணாம்! பழியேத்துக்காதே! பாவம் அந்தப் பொண்ணுக்கு வாழ்வு குடு. தயங்காதே! அது கால் தேய உன்னை வலம் வந்தது. கைநோக பூபறிச்சு மாலை கட்டி கொடுத்திருக்கு, கண்ணீராலே உன் சன்னதியை மெழுகியிருக்குடீ! சும்மாயில்லே! நீயும் ஒரு பெண்ணாச்சே, உன் மனசு ஏன் எரங்கலை ? ஏண்டியாத்தா இரங்கலை..." என்று கூப்பாட்டுடன் சோகம் தாளாமல் மூர்ச்சித்து விழுந்தான் பரஞ்சோதி!

3

பரஞ்சோதியை வைது தீர்த்த மறுநாள் அதே நேரத்திற்கு, தப தப வென்று வாசற்கதவைத் தட்டினாள் கோகிலம்.

"யாரது, கதவைப் போட்டு இப்படி உடைக்கிறது?" என்று முனகிக் கொண்டே வந்து கதவைத் திறந்தாள் வாலாம்பாள் !

வாலு, கும்பகோணத்திலிருந்து எங்க ராஜி வந்திருக்கா! உங்க சம்பந்தியம்மாளுக்கு உடம்பு ரொம்ப ஜாஸ்தியாயிருக்காம்! மாட்டுப் பொண் முகத்தைப் பார்த்துட்டுப் பிராணனை விடணும்னு புலம்பராளாம். பிள்ளையானால், 'வரச்சொல்லி எழுதியாச்சு, வந்தால் வரட்டும். இனி அவன் வீட்டுப் படியேறி பெண்ணை அழைக்க மாட்டேன்' என்கிறானாம். பெண் வாழ்வு பாழாகப் படாது வாலு! பெண்ணைக் கூட்டிண்டு கிளம்பு இப்பவே! பகவானாப் பார்த்து, உன் அகத்துக்காரரை வெளியூருக்கு அனுப்பிச்சிருக்கார்!

பின்னாடி நடப்பது நடக்கட்டும். சாவைத் தள்ளப்படாது என்கிற சாக்கு இருக் கிறது, பார்த்துக்கலாம். சட்டுனு கிளம்பு. அரைமணி சாவகாசம்தான் இருக்கு வண்டிக்கி. பாவம், உசிரு இருக்கும்போது மாட்டுப்பெண் முகத்தைப் பார்க்கட்டும்,

தர்முக்கும் நல்லகாலம் பிறக்கட்டும்... என்று துரிதப்படுத்தினாள் கோகிலம்.

கும்பகோணம் புதுத்தெரு கூரை வீடொன்றில் கயிற்றுக் கட்டலில் அசைவற்றுக் கிடந்தாள் ஞானாம்பாள். களையிழந்த முகத்துடன் அருகில் உட்கார்ந்து விசிறிக் கொண்டிருந்தான் சுவாமிநாதன்!

கவலை மண்டிய உள்ளத்தோடு தெருத் திண்ணையில் உட்கார்ந்திருந்தார் நாகசாமி.

தட தடவென்று வீட்டு வாசலில் வந்து நின்ற குதிரை வண்டியிலிருந்து வாலாம்பாளும் தர்முவும் இறங்கி பறந்து கொண்டு உள்ளே ஓடி வந்தார்கள்.

சுவாமிநாதன் திடுக்கிட்டு விழித்தான்! கவலையும், திகிலும், கலந்த குரலில் 'அம்மா' என்று குரல் நடுங்க அழைத்தவாறு மாமியாரின் முகத்தோடு தனது முகத்தைப் பதித்துக் கேவினாள் தர்மு.

'யாரு சாமா, யாரு...' என்று முனகினாள் ஞானாம்பாள்.

"நான் தான் அம்மா, உங்கள் தர்மு. கண்ணைத் திறந்து பாருங்கள்" என்றாள் குரல் தழு தழுக்க.

"தர்முவா, ஏதுக்கு இப்படி பொய் சொல்றே சாமா...?"

"பொய்யில்லை சம்மந்தியம்மா, நிஜம்மா உங்க நாட்டுப் பெண் தர்மு தான் வந்திருக்கா, கண்ணைத் திறந்து பாருங்கோ!" என்றாள் வாலாம்பாள் அருகில் குனிந்து.

திண்ணையிலிருந்து உள்ளே வந்த நாகசாமி, "நிஜம்தான் ஞானம், உன் நாட்டுப்பெண்ணும், சம்பந்தியம்மாவும் வந்திருக்கா கண்ணைத் திறந்து பாரு" என்றார் தலைமாட்டில் நின்று ஞானாம்பாள் கண்களைத் திறக்க முயன்றாள் முடியவில்லை; "ஆங் தர்முவா, தர்முவா வந்திருக்கா சாமா?

கண் திறக்கப் படலையே எனக்கு" என்று தவித்தாள் ஞானாம்பாள்.

நாகசாமி முன் வந்து "அம்மா, உன் கையாலே ஒரு உத்தரணி ஜலம் மொண்டு வாயில்விடு, ஈரக்கையால் கண்ணைத் துடை" என்றார் மனைவியின் தாபத்தை உணர்ந்த உணர்வில்!

கைநடுங்க தர்மு உத்தரணியால் ஜலத்தை மொண்டு மாமியாரின் இதழ்க்கிடையில் வார்த்தாள். ஈரத்துணியால் கண்களை மெல்லத் துடைத்தாள். மீண்டும் ஒரு தடவை உத்தரணி ஜலம் வாயில் விட்டாள்.

சுவாமிநாதன் இதையெல்லாம் பார்த்துக்கொண்டு கனவோ, நினைவோ என்ற பிரமையில் உட்கார்ந்திருந்தான்!

மெல்ல கண்களைத் திறந்தாள் ஞானாம்பாள். அருகில் தர்முவும், அவள் தாயாரும் நின்றதை வெறித்துப் பார்த்தாள்!

வாலாம்பாள் ஆனந்தக் கண்ணீர் வடிய, "சம்மந்தியம்மா, உங்கள் சரக்கை உங்ககிட்ட எப்போ ஒப்பிக்கப் போகிறோம்னு கவலைப்பட்டேன், கொண்டு ஒப்பிச்சுட்டேன்! கோகிலத்தின் புண்ணியத்தால் சேதி தெரிஞ்சு அழைச் சிண்டு வந்தேன். இனிமேல் உங்கள் வியாதி தெளிஞ்சிடும் பாருங்கள்" என்றாள் பரவசத்தோடு.

ஞானாம்பாளின் முகத்தில் தெளிவு தென்பட்டது!

"என்கண்ணே வந்தியாடி என்னம்மா! சுவாமிநாத சுவாமி என் வீட்டை விளங்கவச்சானா கடைசியில் ? சம்பந்தி அம்மா, குழந்தைகளை உக்காத்தி வச்சு ஆரத்தி சுத்திக் கொட்டுங்கோ முதலில். சாமா, குழந்தை எப்படி ஒடுங்கிப் போயிருக்காள் பாரு ! கன்னமெல்லாம் ஒட்டி... பின்னலா, பூவா ஒண்ணும் இல்லாதே...' ஆயாச மேலீட்டால் மேலே பேச முடியாமல் சிரமப்பட்டாள் ஞானாம்பாள்.

"ரொம்பப் பேசாதேம்மா, மூச்சு வாங்கிறது பார்!" என்றான் சுவாமிநாதன்.

"இனிமேல் எனக்கென்னடா ஒரு மாசத்திலே உடம்பு தேறிப் போயிடாதா? தர்மு, ஆம்பிடையானைப் பார்த்தி யாடிம்மா உன் வேதனை விட்டது போ!" என்றாள் ஞானாம்பாள். சிரமத்தால் மூச்சு வாங்கியது.

'தலை குனிந்தபடி, அம்மா, உங்கள் மனசு எனக்குத் தெரியும். உங்களைப் பார்க்கிறாப் போலே, ஊரிலே, தர்மாம்பிகை சன்னதியில் அவளைப் பார்த்து உங்களைப்பார்த்த மாதிரி மனசை சமாதானம் செய்துகொள்வேன் !.........' என்றாள், கணவனைக் கடைக்கண்ணால் நோக்கியபடி.

சுவாமிநாதன் அவளைப் பார்த்த பார்வை 'அடே அப்பா! எவ்வளவு பெரிய பொய் ! பொழுதெல்லாம், தங்கள் நினைவு தான் தங்களை அடையத் தவம் செய்கிறேன், தங்கள் நினைவே தாரகம் என்றெல்லாம் புளுகினாயே கடிதத்தில்' என்ற கேள்வி போட்டது!

ஆயாசத்தால் ஞானாம்பாள் கண்களை மூடிக்கொண்டாள். வாலாம்பாள், கோலம் போட்டு மணையைத் தேடிக் கொண்டிருந்தாள். நாகசாமி வாசலைப் பார்க்கச் சென்றார்.

சுவாமி நாதனும்,தர்முவும் தனித்து நின்றார்கள். பரஸ்பரம் அவர்கள் பரிமாறிக்கொண்ட பார்வைக்குப் பொருள் கூற வார்த்தைகள் ஏது?

அங்கே - திருவையாற்றிலே, அன்னை தர்மசம்வர்த்தனி

தனது கடமையைத் தீர்த்துவிட்ட பெருமையுடன் புன்னகை பூத்து மந்தகாச முகத்துடன் நின்றாள்!

பக்தன் பரஞ்சோதிக்கு மட்டில்லா ஆனந்தம்! " அம்மா, என்னைப் பெத்தாளே, பழி ஏத்துக்காம, அந்தப் பெண்ணுக்கு வாழ்வு கொடுத்தியோ, பொழைச்சயோ! இல்லை - இந்த

பரதேசிப் பயக்கட்டை இந்நேரம் உன்னை சவிச்சிக்கிட்டு உசிரை விட்டிருக்குமே" என்றான் பூரிப்புடன் !

அம்மையின் அருள் முகத்தை, தீபவொளியில் உற்றுப் பார்த்துக் கொண்டு மெய்மறந்து நின்றான் பரஞ்சோதி!

பகையும் - பாசமும்

உந்தி இரவை எதிர்கொள்ளும் தருணம், சம்பங்கித் தைலமும், வாசனைப் பொடியும், நருமணம் வீசும் மஞ்சளும் பூசி நீராடிவிட்டு, ஸ்நான அறையிலிருந்து வெளிவந்த சம்யுக்தையைக் கண்டு வியப்புற்றவாறு அலங்கார மஹாலுக்கு அழைத்துச் சென்றாள் தோழி சம்பாவதி.

அங்கே ராணியின் வருகைக்காக, ஆடை, அணிகலன்களோடு காத்திருந்த வஸந்தமாலை, சம்யுக்தையை எதிர் கொண்டு வந்து கைலாகு கொடுத்து அழைத்துச் சென்று பாலாடை நிறப் பட்டுப் பாவாடையும், செம்பட்டு ரவிக்கையும் பொன்னிழை யோடிய நீலத் தாவாணியும் அணிவித்தாள்.

நவமணிகள் பதித்த கிரீடமும், வைடூரிய திலகமும், மாணிக்க மணிகளாலான காதணிகளும், நாசிக்கு வைரமணி பதித்த மூக்குத்தியும் அணிவித்தாள். மரகதப் பச்சைகள் மலிந்த தோள்வளைகளும், ரத்ன கங்கணங்களும், முத்து மாலைகளும் பூட்டினாள். செந்தாமரை இதழ்களை நினைப்பூட்டும் கண்களுக்கு அஞ்சனம் தீட்டினாள்!

ஜாதியும், சம்பகமும், முல்லையும் மகிழ மலரும் கலந்த பூச்சரத்தை தலையில் சூட்டினாள்.

செம்பஞ்சு குழம்பினால் பாதங்களில் சித்திரம் வரைந்து அழகு செய்தாள்!

பின்புறம் காலடிச் சத்தம் கேட்டுத் திரும்பினாள் வஸந்த மாலை !

பிருதிவி மன்னர் வந்து கொண்டிருந்தது கண்டு வஸந்த மாலையும், சம்பாவதியும் திரை மறைவை நாடிச் சென்றார்கள்.

ஆஸனத்திலிருந்து எழுந்து இரண்டடி முன் வந்து மன்னரை எதிர் கொண்டாள் சம்யுக்தை. அழைத்துச் சென்று ஆசனத்தில் அமரச் செய்து விட்டு, கண்டதும் கல கல வென்று இன்னுரை பேச விழையும் கணவன், இன்றேன் குரலே கொடுக்கவில்லை என்ற கலவரத்துடன் அவர் முன் மண்டியிட்டு அமர்ந்து "பிராணேசுவரா என்ன சமாசாரம்?" என்று கலவரத்தோடு வினவினாள்.

பிருதிவி ஒன்றும் பதில் சொல்லாமல் சிந்தனையி லாழ்ந்திருப்பதைக் கண்ட சம்யுக்தை கவலை மேலிட, மறுபடியும் பிருதிவியின் மனத் துயருக்குக் காரணம் வினவினாள்.

இப்பொழுது பிருதிவி மன்னருடைய கண்கள் சம்யுக்தையின் முகத்தைப் பார்த்தன !

அன்புக் கணவனை ஆசையோடு பார்க்கும் அஞ்சன விழி களும், நெற்றிப் பொட்டும் பிருதிவியின் நெஞ்சை வெதுப்பின. மிகுந்த ஆற்றாமையுடன் அவள் முகவாய் பற்றி, "அன்பே, உன்னை நான் கவர்ந்து வந்து மணந்து கொண்ட போது, ஒரு மகத்தான எழிலோவியம் நாசமாகிவிடும் என்பதை அறிந் திருந்தேனானால்........... " என்றான்.

"பிராணபதி என்ன சொல்லுகிறீர்கள்?" என்று கிலி பிடித்த குரலில் வினவினாள் சம்யுக்தை.

"என்ன சொல்லுகிறேன், இந்த பிருதிவியின் மீது வைத்த பிரேமையை- உன் தந்தைக் கிஷ்ட......."

சம்யுக்தை சட்டென்று பிருதிவியின் வாயைப் பொத்தி, "கேட்கத்தகாத மொழிகளைக் கேட்கும் வண்ணம், தங்களுக்கு

நான் செய்த அபசாரம் என்ன அரசே?'' என்று கேட்ட போது சம்யுக்தையின் கண்கள் கலங்கி நீர் கரையிட்டன.

பிருதிவி தன் ஆருயிர் மனையாளை அன்புடன் தழுவி, "சம்யுக்தா, என்ன அநியாயம் பார். உன் தந்தை என் மீது படையெடுத்து வருகிறாராம்" என்றான்.

"வரட்டுமே! இது நாம் எதிர்ப்பார்த்ததுதானே பிராணபதி?"

"அவர் மட்டுமாக வரவில்லை. முகம்மது கோரியின் துணை யுடன் வருகிறாராம்...''

'அட அவதியே! இரண்டாம் முறையாகவும் தோற்று ஓட ஆசை கொண்டு வந்தால்...'

"என்ன உளருகிறாய் அர்த்தமில்லாமல் ! ஜயசந்திரரோடு, பெயர் கொடுக்க விரும்பாத சில ராஜபுத்திர அரசர்களும் சேர்ந்திருக்கிறார்கள். இந்த தைரியத்தால்தான் மறுபடியும் எதிர்க்கத் துணிந்திருக்கிறான் முகம்மது!...ஊம் அன்பே போரைக் கண்டு- மரணத்தைக் கண்டு அஞ்சி நடுங்குபவன் நானன்று! ஆனால் பெற்ற குழந்தையின் கோர முடிவுக்குத் தந்தையே காரண பூதமாகும் அதிசயத்தைக் கண்டுதான், எனக்கு வியப்பும் வேதனையும் உண்டாகிறது! உள்ளபடி சொல்லுகிறேன்; அவருடைய போக்கு இவ்வளவு அரக்கத் தன்மை வாய்ந்ததாக இருக்கும் என்பதை அறிந்திருந் தேனானால் -?''

'உம், அறிந்திருந்தால்!" என்று திருப்பிக் கேட்டாள் சம்யுக்தை.

இதுவரையிலும் அவளிடம் காணப்படாத ஒரு அசாதாரண துணிவும், துடுக்கும் கண்டு ஒரு கணம் திகைத்தும் போனார் பிருதிவி !

இது வரையிலும் மண்டியிட்டு அமர்ந்திருந்த சம்யுக்தை 'சிங்' கென்று எழுந்து நின்றாள்! கண்களை உருட்டி விழித்து துக்கமும், கோபமும் குமுறும் குரலில் "பிராணபதி. என்

உள்ளம் அறிந்த அன்பரான தாங்களே - இவ்வாறு என்னை வேறுபடுத்திப் பேசும் போது, ஜயசந்திரருடைய பகைமையை நினைத்து ஆச்சரியப்பட என்ன இருக்கிறது?" என்று கேட்டாள்.

பிருதிவியின் வாய் 'ஜயசந்திரர்!' என்று முனகியது! 'அட ! தந்தையென்று குறிப்பிட்டுச் சொல்லக் கூட வாயெழாத அளவுக்குப் பாசம் அறுபட்டு விட்டதே?' என்ற சிந்தனை அவரை ஆட்கொண்டது.

சம்யுக்தை சொன்னாள்: "அன்பே, தாங்கள் நினைப்பது சரி. என் தந்தையின் முரட்டு குணம் எனக்கு நன்றாக தெரியும். அவர் தங்களுடன் போர் தொடுப்பார் என்பதும் அறிவேன். 'போர்' என்று மூண்டால் வெற்றி, தோல்வியைப் பற்றி வரையறுத்துக் கூறவும் முடியாது. ஆதலால் ஒரு நாள் வாழ்வாக இருந்தாலும், கருத்தொருமித்த தாம்பத்திய வாழ்வு வாழ ஆசைப்பட்டே தங்களுக்கு- அதாவது தங்கள் உருவத்திற்கு மாலையிட்டேன்!'

ஓராண்டுக்கு மேலாகத் தங்களுடன் இன்ப வாழ்வு வாழ்ந்து விட்டேன். போதும்; போரில் வெற்றி பெற்றால் வாழ்வோம், இல்லையேல், சமரிட்டு, வீர சுவர்க்கம் புகுந்து விடுதலை வாழ்வு வாழ்வோம்! என் மீது வைத்திருக்கும் பரிசுத்த அன்பினால், என் மரணத்தை நினைத்து மாய்கிறீர்கள்!

இந்த உடலழகு, சுகபோகம் எல்லாம் அழிவை அடைய வேண்டியவை. நமது ஒன்று பட்ட தாம்பத்ய அன்பு அழியாச் சுடராகத் திகழுமல்லவா?

"அந்த இறவாத புகழை அடையவே விரும்பினேன்! போதும். துயர நினைவும் பேச்சுகளும் போதும் வாருங்கள், இன்று முழுமதி நிலவு. நமது உணவும் நித்திரையும் நிலா முற்றத்தில் ஏற்பாடு செய்யச் சொல்லியிருக்கிறேன் ! ஜாதி மல்லிகையின் மணமும், தேனிலவும், நாமும் இன்று கூடி மகிழ்வோம்! அடுத்த முழுமதியைக் கண்டது யார், நம்மைக் கண்டது யார்?"

என்று துளிக் கூடக் கவலையின்றி அச்ச மின்றி உரைத்தாள் அந்தப் பேரழகி !

ஐயசந்திரருடைய பாசறையினுள் மெழுகுவர்த்தியின் வெளிச்சம் மங்கலாகத் தெரிந்தது!

அவரது பார்வைக்கு எதிராக அப்பொழுது தான் உதித்து வரும் பூரண சந்திரனுடைய பிரகாசம் அவருடைய மனதைக் கிளறியது.

படுக்கையில் கிடை கொள்ளாமல் எழுந்து குறுக்கும் நெடுக்குமாக உலாவினார். கூப்பிடு தூரத்தில் தெரியும் போர்க்களத்தின் மீது சென்று தோய்ந்து அவருடைய பார்வை கடைசி நேரத்தில் வாளும் கையுமாக பிருதிவியைச் சுற்றிச் சுற்றி வந்து, அண்டி வரும் தாக்குதல்களை சமாளித்துக் கொண்டு வீராவேசத்துடன் பாய்ந்து வந்த தம் மகளுடைய உருவெளி தென்பட்டது !

உயிரைத் துரும்பாக மதித்து, இணையற்ற வீரத்துடன் பகைவர்களின் முன்பு போர் புரிந்த சுத்த வீரன் பிருதிவியின் வீர உருவமும் நிழலாடியது!

நிலைகுத்திய பார்வையின் முன், அருமைப் பெண் சம்யுக்தையின் தீரமும், பிருதிவியின் பால் அவள் வைத்திருந்த தெய்வீகப் பிரேமையும், சாவகாசமாக அப்பொழுது தான் நினைத்துப் பார்ப்பவர் போலத் தென்பட்டார் !

தனது கண்ணெதிரில் பிருதிவி வாளுக்கு இரையானதும் அதைக்கண்ட சம்யுக்தை சிரித்த முகத்துடன் சாவை வரவேற்பவளாகத் தன்னை மாய்த்துக் கொண்ட காட்சியும், அவர் நினைவின் முன் ஓடி வந்து நின்றது!

அதோ தனது அருமை மகள். அழகின் அரும் வடிவினள். கன்னோசியின் தவப்பயனாகப் பிறந்த செல்வி, சம்யுக்தை சரியான ராஜபுத்திர ரமணி ! மானம் பெரிதென்று கருதிய

ஐயோ, என்ன காரியம் செய்தேன்? ஈன்ற குழந்தையின் வாழ்வை...அவளையே நாசம் செய்த நானும் ஒரு தகப்பனா?

ஆ! போர் முடிந்ததும் பகைமையும் மடிந்து விட்டது போலும்! ஆண்மையும், மானமும், துணிவும் ஒருங்கே அமையப் பெற்ற பிருதிவியை அநியாயமாக கொன்று விட்டேனே !

வெட்கம்! அவமானம்! ஒரு சிற்றரசனைக் கொல்ல, பத்து சிற்றரசர்களின் உதவி, இஸ்லாமியனான முகம்மது கோரியின் உதவி வேண்டி இவ்வளவு பேருமாக பிருதிவியை எதிர்க்கச் சென்றோம் !

ஒரு தனி அரசனுக்கெதிரில் பத்து எதிரிகளா ! அடடா சுத்த வீரனான பிருதிவி என் எதிர்ப்பைக் கண்டு அஞ்சியிருக்க மாட்டான்! நகைத்திருப்பான் ! அதுவும் வீரம் செறிந்த நகைப்பு!

இந்த மாதிரி ஒரு நினைவு பளிச்சிட்டதும், கல கல வென்று யாரோ நகைப்பது போன்ற பிரமை ஏற்பட்டு திடுக்கிட்டு சுற்றும் முற்றும் பார்த்தார்!

மெய்க் காவலர்கள். வாயிற் காப்பவர்களைத் தவிர வேறு யாரையும் காணவில்லை. வெண்துகில் முக்காட்டுக்குள் மிளிரும் மதிமுகமும், மருண்ட விழிகளுமாக சம்யுக்தையின் தோற்றம் தம் முன் தெரிவதைக் காணச் சகிக்காமல் கைகளால் கண்களை மூடிக் கொண்டு ஆசனத்தில் வந்து பொத்தென்று விழுந்தார்.

கட்டிளங் குமரியாகத் திகழ்ந்த மகளையிழந்து விட்ட துக்க உணர்ச்சி பக் கென்று பற்றிக் கொண்டது அவர் நெஞ்சில்!

மகப் பேரின்றி தான் மனம் நொந்ததும். அதன் பிறகு சம்யுக்தையை அருமையும், பெருமையுமாக பாராட்டி வளர்த்ததும் அவளது மதலைப் பருவம், பாலிகைப் பருவம், பெதும் பைப்பருவம் - அதன் பிறகு, அவள் பூரண

வளர்ச்சியடைந்தவளாக சுயம்வர காலத்தில் தென்பட்ட தருண யௌவனமும் ஐயோ...ஐயோ, என் கண்மணி... நீ இறந்துவிட்டாய் என்று நான் அழவில்லை ; மாசற்ற பதிபக்தி, அஞ்சாமை, மான உணர்ச்சி இவற்றின் உறைவிடமாகத் திகழ்ந்த......

அருகில் யாரோ வந்து நிற்பது போல உணர்ந்து தலை தூக்கிப் பார்த்தார்.

"மகாராஜ், முகம்மது தங்களைப் பார்க்க உத்தரவு கேட்கிறார்" என்றான் மெய்க்காவலன்.

"நான் யாரையும் பார்க்க விரும்பவில்லை, தூங்கி விட்டதாக சொல்லு" என்று சொல்லி வாய்மூடுமுன்பு.

"அடடா! ஏனப்படி? இன்றிரவு உம்மால் தூங்க முடியுமா? முடியவே முடியாது! அதற்காகத்தான் ஏதாவது பேசி பொழுதைக் கழித்து விடலாம்" என்று சொல்லிவிட்டு அருகிலிருந்த ஆசனத்தில் அவனாகவே அமர்ந்து கொண்டான் முகம்மது. ஜய சந்திரருக்குக் கோபம் பொங்கியது. அழைப்பின்றி வந்து, அனுமதியின்றி உள்ளேயும் புகுந்து, ஆசனமும் தேடி அமர்ந்து கொண்ட எடுப்பைக் கொண்டு பொருமியவராக "இந்த நேரத்தில் உங்களை எதிர் பார்க்க வில்லை..." என்றார் ஜயசந்திரர்.

"ஏன் எதிர்பார்க்கிறீர்கள்?.. எதிர் பார்த்து நடக்க வேண்டிய-ஆக வேண்டிய காரியம் முடிந்து விட்டது ! இனிமேல் முகம்மது கோரியின் தயவு எதற்கு, இல்லையா, ஜய சந்திரரே!" விஷமச் சிரிப்புடன் வார்த்தைகளை உதிர்த்தான் முகம்மது.

ஜயசந்திரருடைய உள்ளம் விரிந்தது, விழிகள் மலர முகம்மது கோரியை உற்றுப் பார்த்தார்! அந்த முகத்திலே ஒரு ஏளனம், ஒரு குரூரம், ஒரு வஞ்சகம் எல்லாம் இழைகளாகப் பின்னிக் கிடந்தன !

முகம்மது வஞ்சக மனப்பான்மையின் ஒரு கோடியையும் கண்டு விட்டார் ஜயசந்திரர். தாம் எத்தகைய பெருந்தவறு செய்து தனக்கும், தனது ஜன்ம பூமிக்கும் கேடு விளைவித்துக் கொண்டோம் என்று புரிந்து கொண்டார்!

அவருடைய நாக்கு பேசும் சக்தியை இழந்து விட்டது போல அசைவற்று விட்டது. கண்கள் இமைக்கவில்லை. நீண்ட நேரத்து மௌனத்திற்குப் பிறகு முகம்மது தனது குரலை எழுப்பி, "அரசே எந்த ஒரு காரியத்தையும் செய்யத் தொடங்கு முன்பு அதன் பலா பலன்களை யோசித்துப் பார்த்து அதன் பிறகு செயல் புரிய வேண்டும் என்பதை எடுத்துரைக்க உமது அவையில் மந்திரி யாருமில்லையோ?" என்று வாழைப்பழத்தில் ஊசி ஏற்றுவது போலக் கேட்டான்.

ஜயசந்திரர் பதிலெதுவும் கூறாததால் கனைத்து தொண்டையைச் சரிப்படுத்திக் கொண்டு, " ஜயசந்திரரே, இப்படிப் பட்ட ஒரு வீரனை, சுந்தர ரூபம் படைத்த ஒரு குமாரியை அழித்து நீர் கண்ட...." என்றான்.

ஜயசந்திரர் இடை மறித்து "இதோ பாருங்கள்! இனி எனக்கு ஒன்றும் சொல்ல வேண்டாம். நமக்கும் மகப்பேறு கிட்டுமா என்று ஏங்கிய பின்பு எனக்குப் பிறந்த குலச் சுடர் அவள். எனக்கு உள்ள முரட்டுப் பிடிவாதம் அவ்வளவும் அவளுக்கு மிருந்தது!

"பிருதிவியை மணக்கக் கூடாது என்றேன். என் உத்தரவை முரட்டுத்தனமாகப் புறக்கணித்து விட்டு, எனது பகைவன் பிருதிவியையே அவள் விரும்பி மாலையிட்டாள்! அரசாளும் மன்னனுடைய ஆக்கினையை, பெற்ற தந்தையின் கட்டளையை மீறி, தந்தையின் விரோதியை மணந்து கொண்டு வாழ நினைத்த பெண் வாழ்வைக் குலைக்க வேண்டும் என்று குலைக்கவில்லை. முதல் காரணமாக, நானாகப் பார்த்து மணம் செய்து தராத என் மகளைத் தூக்கிச் சென்று மணந்து கொண்ட பிருதிவியின் செருக்கை அழிக்கவே போர்

தொடுத்தேன்! பிருதிவி அழிந்தான். அதனால் என் குழந்தையும் உயிர் துறந்தாள்!

"இனியென்ன? 'டில்லி, ஆக்மீர் எனக்கு' என்று கேட்கப் போகிறீர்கள். அடுத்து கன்னோசியையும் கைவசமாக்கிக் கொள்ள நினைக்கிறீர்கள்! முகம்மது கோரி, 'உங்கள் இனிமையான தோழமைப் போர்வைக்குள் இவ்வளவு நயவஞ்சக உருவம் மறைந்திருக்குமென நான் நினைக்கவில்லை..." என்றார்.

"ஜயசந்திரரே, அர்த்தமற்ற இந்த சம்பாஷணை இப் போது அவசியமில்லை. நீங்கள் கொஞ்ச நாளைக்கு நிம்மதி யாக இருங்கள்...."

"அப்படியென்றால்?"

"அதற்கு அர்த்தம் பிறகு சொல்லுகிறேன்!..."

"வேண்டாம், உங்கள் இஷ்டம் எதுவோ அதைச் செய்யுங்கள். எனக்கு உறக்கம் வருகிறது..."

"உறக்கம் வருகிறதா? ஆச்சரியம் தான்! அழகு தேவதையாக ஒளிர்ந்த பெண்ணை பலி கொடுத்து விட்டு எப்படி உறக்கம் வரும்? ஐயோ பாவம், ஏதோ ஆத்திர மேலீட்டால், மருமகன் மீதுள்ள பகைமையால் சொந்த மகளுடைய அழிவையும் சிந்திக்காமல்..."

ஜயசந்திருக்கு அதற்குமேல் பொறுக்க முடியவில்லை, இடத்தை விட்டு எழுந்து வெளியே வந்தார்.

நிலவொளியும், காற்றும் அவருக்கு இனிமையளிக்க வில்லை, தொலைவில் தெரியும் சமர்க்களத்தினூடே பார்வையைச் செலுத்தினார்.

வயிற்றை அள்ளிப் பிடுங்கியது அவருக்கு! கண்கள் நீர் ஊற்றுகளாக மாறின! "என் கண்ணே, போர்க்களத்தில்

மாண்டுவிழவா உன்னைப்பெற்று வளர்த்தேன்?" என்று அலறியது அவருடைய பெற்ற வயிறு !

"மூர்க்கனுடைய வயிற்றில் பிறந்த பாவத்திற்கு, செருக்களத்தில் வீர சுவர்க்கம் புகுந்த கணவனைப் பின்பற்றி விட்டாய்! இனி எனக்கென்ன வேண்டும்? டில்லியும், ஆக்மீரும் ஆள்வோர் கன்னோசியையும் எடுத்துக் கொள்ளட்டும்!

"ஆ! பகைமையின் கொடுமை எவ்வளவு மூர்த்தண்ய மானது! பெற்ற குழந்தையையும், பிறந்த நாட்டையும் கூட லட்சியம் செய்ய வில்லையே அது ?"

"பகைமை தனக்குரிய செயலை முடித்ததும் இந்த குமுறல் ஏன்? பாசம் தான் ஏன்?"

ஆயிரக்கணக்கான உயிர்களைப் பலிகொண்ட போர்க் களத்தில் மரண தேவதை புரியும் கோரத் தாண்டவத்தைக் காண சகியாதவராகத் தமது கூடாரத்தின் பின்புறமாகச் சென்றார்.

எங்கே போனால்தானென்ன?

ரம்பம் போலத் தமது மனதை அறுக்கும் பிள்ளைப் பாசத்தை துணிக்க வழி?

பஞ்சவர்ணி

பிரணயக் கோபத்துடன் ருக்மிணிகாந்தன் அவளைத் திக்கரித்து அந்தப்புரத்தை விட்டுச் சென்று மூன்று நாட்களாகி விட்டன!

அறுபட்ட பூங்கொடி போல ருக்மிணி வாடி, வதங்கிப் போய் மஞ்சத்தின் மீது சுருண்டு படுத்திருந்தாள்: இருபுறமுமிருந்த சேடிகளின் கைச் சாமரைகள் மெதுவாக அசைந்தபடியே இருந்தன. மையிட்ட கண்களினின்றும் பெருகிய ருக்மிணியின் கண்ணீர்ப் பெருக்கால் வெண்பட்டுத் தலை யணைகள் கரைபட்டு அங்கங்கு கருமை படர்ந்திருந்தது.

முதல் தடவையாக, தன் ப்ரிய நாயகனுடைய இந்தப் பாராமுகத்தால் நளினமான ருக்மிணியின் உடலும் உள்ளமும் வெதும்பி விட்டன! வாய்திறந்து பேசாமலும், யார் என்ன உபசரித்தும் அதை அபேக்ஷிக்காமலும், மூடியகண்கள் மூடியவாறிருக்க மௌனமாக குமுறிக் குமுறி அழுதுக் கொண்டிருந்தாள்.

ருக்மிணியின் இந்தத் தாபத்தை உற்று கவனித்தபடியே, அவளருகில் உலாவிக் கொண்டிருந்த மாலினிக்குச் சட்டென்று ஒரு யோசனை உதித்தது. அவள் விரைந்து வந்து தன் பிராண ஸகியின் அருகிலமர்ந்து அவள் தோள்களைப் பற்றிக்கொண்டு இன்குரலில், "ருக்மிணி!" என்று மெல்ல அழைத்தாள் ஒரு தரம்.

அப்பொழுதும் அந்த விழிகளை மலர்த்தவில்லை அவள்! "அடி அம்மா, இது என்ன தொல்லை? இன்னுமென்ன புதிய கதையை எனக்கு சிருஷ்டித்துக் கொண்டு வந்தாயடி ஓதுவதற்கு? உனக்கு வேறு வேலை ஒன்றுமில்லையா? ஏனிப்

படி என்னை நீயொருபுறம்..." என்று திணறிக் கொண்டு மேலே பேசமுடியாமல் மறுபடியும் மௌனமாகி விட்டாள்.

"வைதர்ப்பீ! நான் பொய்க் கதை சொல்லி உன்னைத் துன்புறுத்த வரவில்லை! எழுந்திருமுன்பு, பிறகு சொல்லுகிறேன் உனக்கு."

"ஆகட்டும், முன்பு நீ இந்த இடத்தைவிட்டு அப்பால் போ! அது போதும் எனக்கு என்று சொல்லி மறுபுறம் திரும்பிக் கொண்டாள்" ருக்மிணி.

"போகத்தான் போகிறேன் மகாராணி ! கொஞ்சம் கண்களைத் திறந்து என்னைப் பார்! கோபாலனுடைய நெற்றித் திலகத்தை ஒத்த கஸ்தூரியின் பரிமளத்துடன் சந்தோஷமாகச் சிறகடித்துக் கொண்டு வந்திருக்கும் உன் தோழியைப் பார்?" என்று ருக்மிணியைத் தேற்ற முயன்றாள் மாலினி.

"முரளிதர !" என்று சொல்லிச் சிறகடித்துக் கொண்டு வந்து ருக்மிணியின் தோள் மீது வந்தமர்ந்தது அந்தப் பஞ்ச வர்ணக் கிளி! பரந்தாமனுடைய பெயரைக் காதில் கேட்ட அளவில் சட்டென்று மலர்ந்தன ருக்மிணியின் செவ்விழிகள். அந்த சுந்தரமான கண்களிலிருந்து தடதடவென்று ஓடி வந்தது கண்ணீர்.

உஷ்ணமாகப் பெருமூச்சு விட்டு விம்மிக் கொண்டே, " நீ கூட என்னை ஏமாற்ற வந்து விட்டாயா? என் கிருஷ்ணனை என் ப்ராணதாரகனைக் காணாமல் நாட்கள் மூன்று ஓடி விட்டன. இன்னும் என் உள்ளம் ஏன் தூள் தூளாக சிதறிப் போகவில்லை? வாஸ்தவமான ஸதி மணிகள் தங்கள் நாயகர்களைப் பிரிந்த பின்பு உயிர் வாழ்ந்ததுண்டோ எங்காவது?" என்று சொல்லிக் கிளியை அருமையோடு தடவிக் கொண்டு பஞ்சவர்ணே, என் உயிர் போன்ற உரவே! எங்கே என் நாதன் சொல்ல மாட்டாயா? அன்று விதர்ப்ப நகரில், இதே போல, இதே ப்ராணபதியின் வரவை எதிர்பார்த்துத் தவித்த எனக்கு நீ சந்தோஷச் செய்தியைச் சொன்னா யல்லவா?

"ஆமாம்! இன்று போல நினைவிருக்கிறது எனக்கு; துவாரகைக்கு அனுப்பிய பிராம்மணோத்தமரையும் வரக் காணாமல், விவாக வேளையும் நெருங்கி மங்கள வாத்தியங்களின் முழக்கம் கேட்டு இடியேருண்ட ஸர்ப்பம் போல நான் கதி கலங்கி நின்று தத்தளித்த சமயம், எனது எண்ணற்ற பந்துக்களில் ஒருவராவது என் துயரை அறிந்து என்னை ஆற்றவில்லை. கேவலம் பட்சி ஜாதியில் பிறந்துவிட்டு, என்னிடம் பழகி விட்ட பாசத்திற்காக, என் மீது உயிரை வைத்திருக்கிறாய்! ஊருக்கு உயர்ந்த கோபுரத்தின் மீது சென்றமர்ந்து துவாரகா நாதன் வரும் தக்ஷண திசையில் உன் தீக்ஷண்யப் பார்வையைச் செலுத்தி நீ பார்த்த பார்வை! உன் முகத்தில் தேங்கிய கவலை! அடடா! பஞ்சவர்ணீ, என் பிரியமே, உன்னுடைய அந்தப் ப்ரேமை இன்று எங்கேயடி போய் விட்டது? அன்று போல இன்று உன்னை நான் போற்றவில்லையா, போஷிக்கவில்லையா? நான் வேண்டித் தவம் செய்து அடைந்த வேந்தனை அடைந்த கர்வத்தால் உன்னைச் சரி வர நான் பேணவில்லையா ?

இல்லையே, அவ்விதம் உன்னை நான் அலட்சியம் செய்யவே யில்லையே பஞ்சவர்ணி? என் கைகளால் பறித்த நெல்லிக் கனிகளை, நானே ஜலம் விட்டு வளர்த்த மாதுள மரத்தின் கனிகளை நானே பறித்து, உரித்து, முத்துக்களை உதிர்த்து உனக்கு ஊட்டவில்லையா தினமும்? ஜம்பூத்வீபத்தின் சிரேஷ்டமான நாவல் மரத்திலிருந்து கனிகளைப் பறித்து வரச் சொல்லி நானே அவற்றிலிருந்து பிழிந்த ரஸத்தையன்றோ உனக்குப் புகட்டுகிறேன்! அந்த நாவற் பழங்களின் செந்நிறத்தால் என் கை சிவந்து சாயம் பற்றிக்கொண்டு விட்டதைப் பார்த்து என் நாதன் கூட என்னைப் பரிகசிக்க வில்லையாடி? உனக்கு என்ன அபசாரம் செய்து விட்டேன் நான்? ஏன் என் பிரேம வல்லபனை அழைத்து வர மாட்டேன் என்கிறாய்?"

நினைவிழந்து, தீனமாக இவ்வாறு புலம்பும் ருக்மிணியின் சோபையற்ற முகத்தைப் பார்த்துக் கொண்டு பேசாமல் இடத்தை விட்டு அசையாமல் உட்கார்ந்திருந்தது கிளி!

அவ்வளவு நேரமும் கெஞ்சிக் கெஞ்சி தனது கிலேசத்தை உரைத்த பின்பும், அங்கேயே உட்கார்ந்திருந்த பஞ்சவர்ணியைக் கண்ட ருக்மிணிக்கு ஆத்திரம் பொங்கி எழுந்தது. தோளின் மீது அமர்ந்திருந்த கிளியைத் தூரத் தள்ளினாள்.

தலையிலடிபட்ட ஸர்பத்தைப் போல சீறிக்கொண்டு படுக்கையிலிருந்து எழுந்து உட்கார்ந்தாள்.

மறுபடியும் பறந்து வந்து அவள் தொடை மீது அமர்ந்து விட்டது அது!

"ஊஹூம், இவ்வளவு கொழுப்பா உனக்கு? என் அவஸ்தையைக் கண்ணாரக் கண்ட பின்புமா? போ எட்ட! தொடை மீது அமர்வென்ன உன் பவிஷுக்கு! போ தூர !" என்று அடித்து விரட்டி விட்டு நினைவு தடுமாற பொத்தென்று படுக்கையில் சாய்ந்து விட்டாள்.

அவ்வளவுதான்; ருக்மிணி எழுந்த சமயம், தலையணை மீது மாலினி விரித்திருந்த வெண்பட்டு விரிப்பை-கண்ணீரால் நனைந்திருந்ததை - அப்புறப்படுத்தி இருந்ததைக் கவ்வி யெடுத்துக் கொண்டு சிவ்வென்று பறந்து விட்டது பஞ்சவர்ணி.

நந்த வனத்தின் லதாக்ருஹத்திலிருந்து சயனத்தின் மீது சிந்தா குலத்துடன் உட்கார்ந்திருந்த பரந்தாமனின் அடிகளில் பறந்து வந்து விழுந்தது ஒரு வெண்பட்டு !

அதைக் கையிலெடுத்துக் கொண்டு அது எங்கிருந்து வந்து தன் கால்களில் விழுந்தது என்பதை அறிய சுற்று முற்றும் பார்த்து விட்டு நிமிர்ந்து உயரப் பார்த்தார்.

பூங்கொம்பொன்றின் மீது அழகு போல அமர்ந்திருத்தது பஞ்சவர்ணி!

அதைக் கண்டதும் வாஸுதேவனுடைய மனம் மலர்ந்தது. ஹிருதயத்திலிருந்த அவ்வளவு தாபமும் தணிந்து விட்டது போன்ற உணர்வால் உள்ளம் புளகிக்கக் கையிலிருந்த அந்தப் பட்டு வஸ்திரத்தைப் பிரித்துப் பார்த்தார் கிருஷ்ணன்.

அதன் நடு நடுவில் ஈரம் ! அதில் படிந்திருந்த மைக் கறை! இதைக் கண்ணுற்ற யதுநந்தனனுடைய ஆந்தரீகம் துடித்தது. இரக்கத்தால் அவருடைய கண்களில் நீர் நிறைந்து விட்டது!

பத்தினியின் மீதிருந்த அத்தனை கோபமும் பஞ்சாகப் பறந்து விட்டது! தக்ஷணமே தன் பிரேம நாயகியின் மலர் வதனமும், சாதளவோடி, செவ்வரி படர்ந்த செந்தாமரை இதழ்கள் போன்ற கண்களும் கெஞ்சும் பார்வையும் நினைவின் முன் தோன்றின!

என் தேவி, ப்ரியே, என்ன புத்திஹீனன் நான்? என் ஆயர்குல அவகுணத்தை என் ஆத்ம பாகினியான உன்னிடம் கூடவன்றோ காண்பித்து விட்டேன்? பிராண தாரக பஞ்சவர்ணி, வா! கீழே இறங்கி வா, என்னைக் கண்டு பயப்படுகிறாயா, உன் தோழியைப் போல் உன்னையும் ஹிம்ஸிப்பேன் என்று ? இல்லை! உன்னை போற்றுகிறேன். இறங்கி வா சட்டென்று ! போகலாம் ருக்மிணியிடம் " என்று அன்பாக அழைத்தார்.

மெதுவாக சிறகடித்துக் கொண்டு வந்த பஞ்சவர்ணியை ஆதுரத்தோடு ஏந்தி எடுத்து, மார்போடு அணைத்து, தனது கழுத்திலிருந்த ரத்ன ஹாரத்தை கழற்றிக் கையிலெடுத்து இந்தா! இரண்டாம் முறையாக உன் ஸகியும், என் ப்ரியையுமான ருக்மிணியை உயிர்ப்பித்தா யல்லவா? அதற்காக நான் அளிக்கும் பரிசை ஏற்றுக்கொள்'' என்று அதன் கழுத்தில் அணிவித்து இடத்தைவிட்டு எழுந்தார். கூடவே பஞ்சவர்ணி எழுந்து வழி காட்டுவது போல திரும்பித் திரும்பிப் பார்த்துக் கொண்டே முன்னே சென்றது.

மாதவனும், மகிழ்ச்சி பொங்கியவராக அதைப் பார்த்தவாறே விரைவாக ருக்மிணியின் அந்தப் புரத்தை நோக்கி நடந்தார்.

அந்தப்புர வாசலில் நுழையும் போதே சந்தோஷத்தால் துள்ளிப் பாய்ந்து கீச் கீச்சென்று ஆரவாரித்துக் கொண்டு, படபட வென்று எழும்பும் சிறகோசையுடன் தனக்கு முன்னால் விரைந்து செல்லும் பட்சியினுடைய ப்ரேமை பெருக்கைக் கண்டு ஆச்சரியத்தால் கண்கள் மலர, உள்ளே புகுந்தார் துவராகை மன்னன் தன்னை மறந்தவராக.

சேடிகள் பரபரப்புடன் முன் வந்து வணங்கி வழி காட்டிச் செல்ல, ருக்மிணி தேவி சயனித்திருந்த மஞ்சத்தை நோக்கி விரைந்தார்.

பிரிவாற்றாமையினால் உருக்குலைந்து உயிர் சோர்ந்து கிடக்கும் தன் பிரேம காந்தையையும், தனக்கு முன்பாக அங்கு ஆஜராகி ருக்மிணியின் காதருகில் சென்று ஜய சப்தம் கூறும் பஞ்சவர்ணியையும் ஏக காலத்தில் பார்த்து வியப்பும் வேதனையும் கொண்டவராக அருகில் சென்றார்.

ஸ்ரமணையற்ற நிலையிலுங் கூட ருக்மிணியின் வாக்கு 'கண்ணா, மாதவா, ஹ்ருதய வாஸா' என்று போற்றிக் கொண்டிருந்ததைக் கண்டதும் நெஞ்சமிழந்து, 'ப்ரியே' ருக்மிணி' என்று உரக்க அழைத்துக் கொண்டே, சோர்ந்து கிடந்த தனது அருமைப் பத்தினியைத் தூக்கியெடுத்து மடியில் வளர்த்திக் கொண்டு, கண்களைத் துடைத்து, கலைந்திருந்த முன்நெற்றி மயிரைக் கோதி விட்டு, முகவாய்ப் பற்றி அசைத்து "ப்ராண ப்ரியே! கண்களை திறந்து பார், உன் கண்ணனை" என்று குனிந்து அவள் முகத்தோடு முகம் வைத்துக் கூறினார்.

பூஜ்யனான தன் பதியினுடைய ஜீவதாரை போன்ற குரல் காதில் விழுந்ததும் எங்கோ சென்றிருந்த ருக்மிணியின் பிரக்ஞை சாவதானமாக அவளிடம் திரும்பிற்று.

ஆபத் பாந்தவா, என்னை ஆட்கொள்ள வேண்டும் என்ற போழ்தில் 'அஞ்சேல்' என்று சொல்லி ஆதரித்த அண்ணலின் மிருது ஸ்பரிசம் அவளைப் பரவசப்படுத்திற்று. கண்களைத் திறக்கு முன்பே தனது ப்ரிய காந்தனுடைய திவ்ய முக

மண்டலம் அவள் நினைவின் முன்பு ஸான்னித்யமாகி விட்டது!

புத்துயிர் பெற்ற பீம ராஜனுடைய செல்வம், மெல்ல தன் விழிகளை மலர்த்தி கைகளைக் குவித்து அஞ்சலி செய்து வணங்கியபடியே பேச்சரியா பிரமானந்தத்தோடு மெல்ல எழுந்திருக்க முயல, பத்தினியை அரவணைத்து " தேவி, உபசாரம் இருக்கட்டும்" என்று மௌனமாக சுஷ்கித்துப் போன தன் இஷ்ட நாயகியை வருடிப் பார்த்து, ஸ்பரிசத்தாலேயே தம் பிரேமையை உணர்த்தி, "ப்ரியே! உன் தோழிக்கு முன்பு வழிபாடு செய்து வணங்கு! உனக்கும், எனக்கும் பிராண பிக்ஷை கொடுத்த புண்ணிய ரூபிணி அவள்!" என்றார்.

"புண்ய ரூபிணியா! என் அவஸ்தையைக் கண்டு களித்துக்கொண்டு கல் போல் உட்கார்ந்தவளா புண்ய ரூபிணி?"

"அறிவிலி! அப்பொழுது சோகத்தினாலும், இப்போது சந்தோஷத்தினாலும் பீடிக்கப்பட்டு நல்லோருடைய நன்றி யைத் தூஷிக்கிறாய்! பார், உனது 'தூதி'யாக இதைக் கொண்டு வந்து என் கால்களிலிட்டு, அபராத க்ஷமை பெற்று என்னை இங்கு அழைத்து வந்து எனது தாபத்தையும் வேட்கையையும் தீர்த்த பாக்ய ஜீவியையா நிந்திக்கிறாய்?" என்று தாம் கொண்டு வந்த அஞ்சனக் கறை படிந்த வஸ்திரத்தைப் பிரித்துக் காண்பித்தார்!

ருக்மிணியின் உள்ளம் அன்பினால் நிறைந்து விட்டது கை நிறைய கனிகளை ஏந்திக்கொண்டு பஞ்சவர்ணியை வருந்தி அழைத்துங்கூட அது கண்ணனுடைய கரத்தை விட்டு அடிகூட நகரவில்லை !

"இனிமேல் உன்னை தெய்வமாக போற்றுகிறேனடி பஞ்ச வர்ணி! உன்னை அடித்து விரட்டிய என் அக்ரமத்தை மன்னித்துவிடு! வா, உனக்கும் பசியெடுத்திருக்குமே இவ்வளவு நாழிக்கு ?" என்று நயந்து வேண்டினாள் ருக்மிணி.

நகை முகத்துடன் ருக்மிணியின் கையிலிருந்து தானே அக்கனிகளை வாங்கி உண்பித்தார் மாதவன்.

உண்மையான கர்வமும், மிதப்பும் அப்போதுதான் வந்தது பஞ்சவர்ணிக்கு!

தன்னுடைய மேன்மையை உன்னதமாக வெளிக்காட்டும் பஞ்சவர்ணியின் பெருமிதப் பார்வையைக் கண்டு ஸ்தம்பித்துப் போய்ப் பார்த்தார்கள் அந்த மஞ்சத்தின் மீதிருந்த தம்பதிகள் !

லட்சியக் காதல்

பங்குனி மாதத்துப் பூர்னிமையின் இரவு. சந்திரனுடைய படுக்கை அறையில் ஜன்னல் வழியாகப் பாய்ந்து வந்த நிலவு அவனுடைய படுக்கையின் மீது வியாபித்திருந்தது.

சந்திரனும், அவன் பின்னால் சாமளாவுமாக உள்ளே நுழைந்தார்கள். கையிலுள்ள வெற்றிலைத் தட்டை மேஜை மீது வைத்துவிட்டு "நிலாவைப் பார்த்தேளா, பட்டப் பகலாட்டுமா !" என்று உவகையுடன் கூறிவிட்டு ஸ்விட்சைப் போட்டாள் சாமளா.

அறையில் விளக்கு வெளிச்சம் பரவியது. படுக்கையில் சாய்ந்திருந்த சந்திரன் பலகணி வழியாகத் தெரியும் வெண்ணிலாவைப் பார்த்தபடி "விளக்கை அவித்து விடு சாமளா, நிலவு வெளிச்சமே போதும்" என்றான்.

"வெற்றிலை போட்டுக் கொள்ளுங்கள். அப்புறம் அவிக்கிறேன்" என்று கூறி சந்திரனுக்கு தாம்பூலம் மடித்துக் கொடுத்தாள்.

சந்திரனுடைய பார்வை ஒளி வீசும் சந்திர மண்டலத்தின் மீது தோய்ந்திருந்தது. கவனமின்றியே அவள் கொடுத்த பாக்குப் பொடியையும் வெற்றிலைச் சுருள்களையும் வாங்கி வாயில் போட்டுக் கொண்டான். "பைத்தியம் தான் பிடிச்சுப் போயிடப் போறது உங்களுக்கு" என்றாள் சாமளா.

சாமளாவின் வார்த்தைகளுக்கு பொருள் என்ன என்பது சந்திரனுக்கு அர்த்தமாகாமலில்லை. சற்றுப் பொறுத்து சாமளாவின் முகத்தைப் பார்த்து "வால்மீகிக்கும், காளிதாசனுக்கும், ரவீந்தரருக்கும் பிடித்த பைத்தியம்

எனக்கும் பிடிக்காதா என்று ஏங்குகிறேன்! பிடிக்கவே காணோமே" என்றான் இனிமையாக.

"போங்கள்! கோணல் கட்சி பேசுவதே உங்கள் வழக்கமாகப் போய் விட்டது! எங்க தாத்தா சொல்லிக் கேட்டிருக்கிறேன். நிலாவிலேயே திருஷ்டி செலுத்தி நிலாவிலேயே தூங்கினால் நிச்சயமாக பைத்தியம் பிடிக்குமாம்!" என்று மறுபடியும் புத்தி சொன்னாள் சாமளா.

"சரி, விளக்கை அவி முதலில்" என்றான் சந்திரன்.

"எப்படியாவது போங்கள்- எனக்கென்ன ?" என்று சலித்துக் கொண்டு படக் கென்று விளக்குப் பொத்தானை அமுத்தி விட்டு, கீழே இறங்கிச் சென்றாள் சாமளா.

சந்திரன் மறுபடி வான் வெளியில் பார்வையைச் செலுத்தினான். அவன் மனதில் எண்ணங்கள் விரிந்தன. மாலையில் ரவீந்திரருடைய "ஊர்வசி" என்ற காவியத்தைப் படித்தது அவன் நினைவின் கண் நின்றது!

ஊர்வசி!

அப்ஸரஸ்திரீ ! அழகின் அவதாரம் அவள்! அவளுடைய ரூபத்தையும், தன்மையையும், ஸஞ்சார ரசனைகளையும், வர்ணித்த ரவீந்திரரின் காவிய ஊர்வசியை உருவகப்படுத்திப் பார்க்க முயன்றான் சந்திரன்!

தன்னையும் சூழ்நிலையையும் மறந்து சிந்தனையில் ஒன்றி இருந்தான்!

எங்கோ வான் வெளியில் தொலைவில் ஊர்வசி ஆகாய வெளியில் நீந்திச் செல்வது போன்ற காட்சியைக் காண்மித்தது அவன் கற்பனை!

ஆஹா!

நிலாவையும் வானத்து மீனையும்
காற்றையும் நேர்ப்படவைத் தாங்கே
குலாவு மமுதக் குழம்பைக் குடித்தொரு
கோகுல வெறி பிடித்தோம்.
உலாவு மனச் சிறு புள்ளினை
எங்கணும் ஓட்டி மகிழ்ந்திடுவோம்.
பலாவின் கனிச்சுளை வண்டியிலோர்
வண்டு பாடுவதும் வியப்போ !

சந்திரனுக்கு நல்ல ராக ஞானம் உண்டு. இனிமையான குரலில் பாடி முடித்தது அவன் வாய்."ஊம், இந்தாங்கோ" என்று பால் டம்பளரை நீட்டினாள் சாமளா.

நினைவுலகிலிருந்து மீண்ட சந்திரன் அவள் கொடுத்த பாலை வாங்கி அருந்தி விட்டு டம்ளரைக் கொடுத்தான்.

"சாமளாம்பிகைக்கு ரொம்ப கோபம் போலிருக்கிறதே!" என்றான் விளையாட்டாக.

"இல்லையே" என்றாள் அவள் பதிலுக்கு.

"கோபம் தான் ! வா உட்காரு" என்று அவளை அருகிலிழுத்து உட்கார வைத்துக் கொண்டு "சகல ஜீவராசிகளையும் ரஞ்சகப்படுத்தும் நிலவுத் தேவன் மீது உனக்கு ஏனிவ்வளவு அசூயை சாமளீ !" என்று அன்பொழுகக் கேட்டான் சந்திரன்.

சாமளா பதில் சொல்லவில்லை. மறுபக்கம் திரும்பிக் கொண்டாள்.

அவள் முகத்தைத் தன்புறமாகத் திருப்பினான் சந்திரன். அவள் கண்களில் நீர் நிறைந்திருந்தது! ஏன் என்பது போல சந்திரன் தன்னைப் பார்த்ததும் "என் அன்பை விட உங்களுக்கு நிலவுத் தேவன் தான் ஒசத்தி..." என்று மேலே பேச முடியாமல் நிறுத்தினாள் சாமளா. ஒரு நிமிஷ நேரத் திற்குப் பிறகு "சாமளா, கவலைப் படாதே. நீ தான் எனக்கு ஒசத்தி; நிலவுத்தேவனல்ல!" என்றான் புன்சிரிப்புடன்.

"ஆமாமா; ரொம்ப நிஜம் !"

'நிரூபித்துக் காட்டினால் சரிதானே?"

சாமளாவின் அகத்தில் பிறந்த ஆனந்தம் முகத்தில் நிலவியது. இருந்தாலும் "பேசவாவது கற்றுக் கொண்டிருக்கிறீர்களே... என்னை ஏமாற்ற !" என்று கோணலாகச் சிரித்தாள் சாமளா.

"குடலைக் கிழித்துக் காண்பித்தாலும், 'இது வாழை நார், என்கிறவர்களை வைத்துக் கொண்டு எப்படி காலட்சேபம் செய்வது?"

"நான் அவ்வளவு பொல்லாதவள்; அப்படித்தானே ?"

"இல்லை! நல்ல ஹ்ருதயம் உன்னிடமிருப்பதால் தான் இது வரையில் எனக்கு பைத்தியம் பிடிக்காமலிருக்கிறது!" என்று சிரித்தான் சந்திரன்.

"பார்த்தீர்களா, பார்த்தீர்களா?" என்று பார்வையை வெட்டிக் கொண்டாள் சாமளா.

"இது கிடக்கிறது சாமளா, உனக்கு ஒரு நல்ல கதை சொல்லட்டுமா?" என்று அவளை அருகிலிழுத்தபடியே கேட்டான் சந்திரன்.

"கதையா, என்ன கதை?" என்று கேட்டுக் கொண்டே வெற்றிலைத் தட்டை யெட்டி எடுத்து "வெற்றிலை போட்டுக் கொள்ளுகிறீர்களா ?" என்று கேட்டாள் சாமளா.

"வேண்டாம் என்றால் அதற்கொருகோபம் வரும் உனக்கு!"

"பைத்தியம் என்கிறீர்கள் மொத்தத்தில்!"

"இல்லவே இல்லை, தெளிந்த மனமுள்ள விவேகி நீ என்பதை எத்தனையோ தடவை உனக்குச் சொல்லியாகி விட்டது!" என்று சிரித்தான்.

"சரி சரி" என்று கூறி சந்திரனுக்கும் வெற்றிலை கொடுத்து தானும் போட்டுக் கொண்டாள். தட்டை யெடுத்து வைத்து விட்டு "கதை என்றீர்களே என்னவோ, சொல்லுங்கள்" என்றாள் சாமளா.

"அதுவா, சொல்லுகிறேன். நிஜக்கதை வேணுமா, பொய்க் கதை வேணுமா?"

"நிஜக்கதையே சொல்லுங்கள். பொய்க்கதை ஒன்றும் வேண்டாம்" என்றாள் குரல் கொஞ்சலாக.

"பொய்யே உனக்குப் பிடிக்காது. இல்லையா ?" என்று சாமளாவைக் கேட்கும் போது சந்திரனுக்குக் கம்மியது. கலங்கும் தன் கண்களை சாமளா கவனித்து விடக் கூடாதே என்று மறுபுறம் திரும்பிக் கொண்டான். அவன் மனதில் பெரும் போராட்டம் நிகழ்ந்து கொண்டிருந்தது.

சந்திரன் வாய் திறவாமலிருந்ததைக் கண்ட சாமளா "சொன்னால் மட்டும் கோபம் வருகிறது. என்றதும் சட்டென்று மனைவியின் புறம் திரும்பிப் பார்த்து,

"சாமளா" என்றான்.

"ஊம்

"என் சினேகிதன் கணேசன் என்று ஒருவன்..."

"இம், கதையோ அது?"

"அவன் கதை தான் உனக்கு இப்பொழுது சொல்லப் போகிறேன்."

"ஐயோ, பாவம்! கதையாகப் போய் விட்டதா உங்கள் சினேகிதர் வாழ்க்கை" என்று கண்களை அகலமாக்கி விழித்தாள் சாமளா.

"ஆமாம், சமுதயாயம் தன் சட்டப்படி அவன் நடக்க வில்லை என்று அவனை தண்டித்து விட்டது!"

"அப்படி யென்றால் ?"

"கேட்டுக் கொண்டே வா ; புரியும். கணேசனுடைய பாட்டனார் ஒரு புரோகிதர்..."

"உங்கள் பாட்டனார் மாதிரி"

"சாஸ்திரி பிள்ளை டாக்டருக்குப் படித்து டாக்டரானார்... என்ன ?"

"உம்"

"டாக்டர் தன் பிள்ளையை அமெரிக்காவுக்கு அனுப்பினார்."

'இது கதையா?'

"ஏன் சுவாரசியப்பட வில்லையோ ?"

சாமளா பதில் சொல்லாமல் அவன் முகத்தைப் பார்த்தாள்,

சந்திரன் அதை கவனிக்காமலில்லை. ஆனால் அதைப் பொருட்படுத்தாமல் மேலே சொல்லிக் கொண்டே போனான் சந்திரன்.

"அமெரிக்காவிலிருந்து வந்து சென்னையில் இறங்கினான். அவன் வரவுக்காக ஆவலோடு காத்திருந்த அவனுடைய காலேஜ் காதலியை மணந்து கொண்டான்..."

சாமளாவின் மனத்தில் சுரீர் என்றது. அவள் முகம் கருத்தது. சந்திரன் மேலே சொல்லிக் கொண்டே போனான்.

"அவள் சிறு பிராயத்திலேயே கலியாணமாகி விதந்துவாகிவிட்ட சிறுமி என்பது கணேசனுக்குத் தெரியும். காதலை விட சீர்திருத்த முறையை அனுசரிக்க வேண்டும் என்ற தீவிர நோக்கத்துடன் தான் அந்தப் பெண்ணை மணந்து

கொண்டான். கலியாணமான பிறகு கிரமமாகச் செய்தி எட்டிவிட்டது அவன் வீட்டாருக்கு."

"அந்தப் பெண் பெயரென்ன ?"

"ஞாபகமில்லை...ஏன்?"

சாமளா பெரிதாகச் சிரித்தாள். "ஞாபகமில்லையா? எனக்கு நன்றாக ஞாபகமிருக்கிறது? ஆனால் அந்தப் பெண்ணுக்குத் தன் வரலாறு ஒரு வருஷத்திற்கு முன்புதான் தெரியும். அன்றிலிருந்து அவள் எப்படிப்பட்ட எதிரியுடன் போராடிக் கொண்டிருக்கிறாள் தெரியுமா ?" சந்திரன் சாமளாவின் முகத்தையே பார்த்துக் கொண்டிருந்தான். சாமளா நிறுத்திய பேச்சை மறுபடி தொடங்கி "இன்று அந்தப் பெண் வெற்றி பெற்றுவிட்டாள்!" என்றாள் கணீ ரென்று.

சந்திரன் சட்டென்று "எப்படி?" என்றான்.

"பெண்மையின் தன்மையின்படி!" சந்திரன் எழுந்து உட்கார்ந்து கொண்டு "கொஞ்சம் விவரமாகச் சொல்லக் கூடாதா?" என்றான்.

"நாம் ஒருவர் உள்ளத்தை மற்றவர் சுலபமாகப் படிக்கக் கற்றுக் கொண்டிருக்கிறோமே- வாயினால் அதைச் சொல்ல வேண்டுமா?"

சந்திரன் வலிக்கும் தன் நெஞ்சைக் கையால் அழுத்திப் பிடித்துக் கொண்டான்.

"சாமளா- நான் உன்னை இழக்கமாட்டேன்."

" அதற்கென்ன செய்கிறது? விதியின் ஆட்சியில் அதன் கட்டளைப்படி தானே..."

" அதைப் பற்றி எனக்கு லட்சியமேயில்லை."

"அதை நீங்கள் லட்சியம் செய்தே ஆகவேண்டும்!"

" மாட்டேன்! என் வீட்டாருக்கு என்னைத் தவிர மகன் மகள் எல்லோருமிருக்கிறார்கள். எனக்கு உன்னைத் தவிர யாருமேயில்லை..."

சந்திரன் இதைச் சொல்லும் போது சாமளாவின் இரு கரங்களை இறுக்கிப் பற்றிக் கொண்டான். சந்திரனுடைய கைகள் நடுங்குவதைக் கண்ட சாமளா நெஞ்சுருக "அன்பே, தாங்கள் இனி பெற்றோர் கட்டளைப்படி நடப்பதே..." என்றாள்.

சந்திரன் அவள் வாயைப்பொத்தினான்.

சாமளா அதை மெல்ல அகற்றிவிட்டு "என் மேல் உங்களுக்கு உண்மையாக ஆத்மார்த்தமான அன்பு இருப்பது நிஜமானால்.... உங்கள் வாழ்வை சீர்குலைத்துக் கொள்ளக் கூடாது" என்றாள்.

"சீராக வாழ்வது என்பது எப்படி?" இடைமறித்துக் கேட்டான் சந்திரன்.

திணறினாள் சாமளா.

"சொல்லேன், உன்னைத் துறந்து விட்டால் என் வாழ்வு சீர் பெற்று விடுமா?" என்று உடைந்த குரலில் கேட்டான் சந்திரன்.

மறுபடியும் மௌனம் சாதித்தாள் சாமளா.

சந்திரன் மீண்டும் பேசத் தொடங்கி "சாமளா, உன் வரலாறை உனக்குச் சொல்லும்படி - நீயாக என்னை விலகிவிட வேண்டும் என்ற உத்தேசத்தில் - செய்தது யார் என்பது தெரியுமா உனக்கு?" என்று கர்ஜித்தான் சந்திரன்.

சந்திரன் குரலிலிருந்து உள்ளுணர்ச்சி கண்டு நடுங்கிப் போனாள் சாமளா.

"அது யார் தெரியுமா ?"

"யாராயிருந்தாலென்ன?" என்று மிக மிகத் தாழ்ந்த குரலில் சொன்னாள் சாமளா.

"அதில் தான் இருக்கிறது விசை! யார் என்பது தெரியுமா, தெரியாதா?" சந்திரனுடைய குரல் வர வர ஓங்குவதை கண்டாள் சாமளா.

"அதுதான் நானும் நினைத்தேன்- அந்த கிராதகன் யார் என்றால் உன் தம்பி..."

"என்ன?" என்று தீச்சுட்டவள் போல வீரிட்டாள் சாமளா.

"ஆமாம், உன் தம்பி- என் தகப்பனார் இந்த இரண்டு பேர்களும் நம் உறவைத் துண்டிக்க ஒரு வருஷமாகப் பாடு படுகிறார்கள். அவர்கள் முயற்சி சாத்தியமாகப் போவதில்லை. நேற்று மாலை என் தகப்பனாருக்கு இதைப் பற்றி தெரிவித்து விட்டேன். 'வீட்டு சொத்தில் உனக்கு பாத்தியம் கிடையாது' என்று பயமுறுத்தினார். 'வேண்டாம்' என்று விட்டேன். நாளைக்கு நாம் இதைவிட்டு வெளியேறிவிட வேண்டும்."

"என் தொடர்பின் காரணமாக அல்லவா?"

"ஆம்!"

"அவ்வளவு தானே?" என்று ஒரு நெடுமூச்சு விட்டாள் சாமளா.

"அவ்வளவே தான் ! இங்கிருந்து நமக்கு ஒன்றுமே தேவையில்லை."

"இருங்கள், என்ன சத்தம் கீழே ?"

"உங்கள் நியாயம் உங்களோடு இருக்கட்டும். அவன் வீட்டை விட்டுப் போகக்கூடாது."

" அவனை நான் போகச் சொல்லவில்லையே!"

அர்த்தமாகிறது. அவன் வேண்டுமானால் அவள் வேண்டும். என் குழந்தையை நான் இழக்க மாட்டேன்."

"யார் இழக்கச் சொன்னா? போயேன் நீயும் அவனோடு!" "ஏன் போகணும்? சொத்துக்கு அவன்தான் முதல் வாரிசு. பிதுரார்ஜிதம் - ஞாபகமிருக்கட்டும்."

"அப்போ நான் வெளியே போக வேண்டியதுதான்!"

"அது உங்கள் இஷ்டம். என் குழந்தை அருமை எனக்கல்லவா தெரியும்! அவனைப் போகச் சொல்லிவிட்டு இங்கு நாம் இரண்டுபேரும் 'ஹாய்'னு இருக்க வேண்டுமா?"

"பரம்பரையா கியாதியோட இருந்த குடும்பத்திற்கு அனர்த்தம்..."

"குடும்பத்து கியாதி, உங்கள் பிடிவாதம், சாஸ்திர சம்மதம் இதெல்லாம் எனக்குப் பெரிதல்ல. என் வயிற்றில் பிறந்த குழந்தைகள் எனக்குப் பெரிது" என்று தன் தாய் அடிவயிற்றிலிருந்து கிளம்பிய ஆத்திரத்துடன் கத்தியது சந்திரன் காதில் விழுந்தது!

"அம்மா" என்று நெடுமூச்செறிந்தான் சந்திரன்.

அக்பரின் நிழலில் ராணா!

புயல்

அந்தி வெய்யில் ஆரவல்லி மலைக் கொடிகளையும் முடிகளையும் தழுவி விளையாடிக் கொண்டிருந்தது.

அந்த இயற்கை அழகில் மனத்தைப் பறிகொடுத்தவளாக ஒரு பாறையின் மீது உட்கார்ந்திருந்தாள் ரத்னாபாய். பக்கத்திலிருந்த மரக்கிளையில் கட்டியிருந்த ஏணையில் குழந்தை தூங்கிக் கொண்டிருந்தது.

பார்த்திருக்கும் போதே கொடிமுடிகளிலிருந்த பொன் வெய்யில் மாயமாகிக் கொண்டு வந்தது.

தூளியிலிருந்த குழந்தை விழித்துக் கொண்டு அழுதது. எழுந்து போய் அதைத் தூக்கிக் கொண்டு வந்து பாறையின் மீது உட்கார்ந்து சுற்று முற்றும் பார்த்தாள். அவள் கணவன் ரத்தன் சிங்கைக் காணவில்லை.

குதிரைகளின் குளம்போசை லேசாகக் கேட்டதும், திடுக்கிட்டு எழுந்தாள் ரத்னாபாய்.

எங்கும் ஒரே இருள். எந்தத் திசையிலிருந்து ஓசை வருகிறது என்பது உன்னிப்பாகக் காது கொடுத்துக் கேட்டாள் அவள்.

பின் பக்கத்தில் தீவர்த்தியின் வெளிச்சம் மின்னுவதைக் கண்டதும், 'சரி அக்பரின் ஆட்கள் என்பதில் சந்தேகமில்லை' என்று எண்ணி, இடுப்பிலிருந்த கத்தியைத் தயாராக உருவிக் கையில் பிடித்துக் கொண்டு நின்றாள் ரத்னா.

இடுப்பிலிருந்த குழந்தை பசியைத் தாங்க இயலாது வீரிட்டது.

குழந்தையின் பசியைப் பற்றியோ, தன்னுடைய தனிமையைப் பற்றியோ அவள் பயப்படவில்லை. எதிரிகளிடம் தனது கணவன் சிக்கியிருப்பானோ என்ற திகிலில் அவளது உள்ளம் பதைத்தது.

வீராவேசத்துடன் கண்களில் தீப்பொறி பறக்க, கதறும் குழந்தையுடன் நிமிர்ந்து நின்று, கையிலிருந்த வாளை ஒரு முறை தடவிப் பார்த்துக் கொண்டாள்.

“ரத்னா " என்று எதிரொலித்த ரகசியக் குரல் அவளைத் தூக்கி வாரிப்போட்டு உலுப்பியது.

உள்ளம் சிலிர்க்க குரல் நடுங்க "பிராணேசுவரா" என்று இதயம் பிறப்பித்த நெடுமூச்சுக் கனலுடன் விம்மினாள் ரத்னாபாய்.

"அன்பே, இனி நாம் தப்ப வழியில்லை, மறையவும் இட மில்லை. பகைவனுக்குப் பணிந்து உயிர் வாழ்வதை விட, மானத்தோடு அழிவதே மேல். கண்ணே, பசியால் துடிக்கும் குழந்தைக்கு வயிற்றுக்கு உணவு கொடுத்து விட்டுப் பிறகு அதைக் கத்திக்கு இரை கொடுக்க நினைத்து எங்கெங்கோ சுற்றினேன். ஒன்றும் கிடைக்கவில்லை. அடிவாரம் முழுவதும் எதிரியின் ஆட்கள் உலாவிக் கொண்டிருக்கிறார்கள். இதுதான் தேவியின் அருள் போலும்! கொண்டுவா குழந்தையை!" என்றான் ரத்தன் சிங்.

‘இதோ, முதலில் என்னை...’

"ஆ! அப்படியா? ஆம்; பெற்ற தாயின் முன் மதலையை அழிக்கக் கூடாதுதான். வா அருகில் வா, தேவியை நினைத்துக் கொள்!"

பின்புறமாக வந்த கை ஒன்று, ரத்தன் சிங்கின் ஓங்கிய கையைப் பலமாகப் பிடித்தது.

இடுப்பிலிருந்த குழந்தையை ஓர் உருவம் பிடுங்கிக் கொண்டதை உணர்ந்தான் ரத்தன் சிங்.

இருள் துரோகியாக இருந்து எதையும் அறிய இயலாத படி திணற வடித்தது.

"ஆ! ஐயோ!" என்று ஆவி துடிக்க அலறிய ரத்னா பாயின் குரலிலிருந்து அவளையும் பகைவர்கள் தீண்டிவிட்டார்கள் என்பதை உணர்ந்து கொண்டான் ரத்தன் சிங்.

தன் கையைப் பற்றியவனுடன் தன்னை மறந்து போராடினாள்.

பக்கத்திலிருந்தவன் பலமான குரலில் "ஷேர்கான்" என்று கத்தினான்.

கை தட்டும் ஓசை ; தீவர்த்திகள் பளிச்சிட்டன. பத்துப் பதினைந்து குதிரைகள் வீரர்களைச் சுமந்து கொண்டு அங்கே வந்து நின்றன.

"அஜ்மல், ராணியைப் பல்லக்கிலேற்றிப் பாதுகாப்புடன் ஜனானாவுக்கு அனுப்பு. குழந்தையை நீ எடுத்துக் கொள் அப்துல். மகாராஜாவை வெள்ளைக் குதிரை மீது அமரச்செய்! பத்திரம் நழுவ விட்டு விடாதீர்கள்! அப்பால் நம் உயிர் நம்முடையதல்ல" என்று ஹிதாயத்கான் கட்டளையிடும் போது ரத்தன் சிங் குதிரைமீது கயிறுகளால் இறுகப் பிணிக்கப்பட்டுக் கொண்டிருந்தார்.

ராணாவின் உயிர் துடியாய்த் துடித்தது.

'ரத்னா, என் உயிரே ! கடைசியில் உன்னை இக்கதிக்கா ஆளாக்கினேன் ! பாவி ஏன் காலையிலேயே நம் மூவரின் ஆவியைப் போக்கியிராமல் தாமதித்தேன் நான்? விதி!'

குதிரை மீது ஆரோகணித்து அதை நடத்திச் செல்லும் ஹிதாயத்கான், "ராணா அவர்களே, ஆயாசப்பட வேண்டாம். நீங்கள் என்ன முயன்றாலும் கட்டுகள் தளராது!" என்று கூறிவிட்டு, பக்கத்திலே குதிரைமீதேறி வரும் ஷேர்கானிடம்,

இன்று நாம் இவ்வளவு கஷ்டப்படாவிட்டால் இவர்களை உயிருடன் கண்டிருக்க முடியாது. அல்லாவின் பேரருளே இது!..." என்று முணுமுணுத்தான்.

ரத்தன் சிங் எதிரிகளைப் பற்றி சிந்திக்கவேயில்லை. அவர்கள் கையில் கடைசியாக அகப்பட்டுக் கொண்ட அநியாயம் தான் அவர் நெஞ்சைச் சுட்டுப் பொசுக்கியது. "ஐயோ, கொடுமை ! பகைவனுக்கு எதிரில் கைகால் கட்டுண்டு, கைதியாக நிற்கவா ஒளிந்து ஒளிந்து இவ்வுயிரைக் காப்பாற்றினேன்? எதற்காகப் பாடுபட்டேன்? என் மானம் பறிபோகவா? ரத்னாவின் கற்பு சீரழியவா ? தேவி, பவானி! உனக்கு நான் என்ன பாதகம் செய்தேன்? என்னை ஏன் எதிரிகள் கையில் ஒப்பு வித்தாய்...?"

ராணா சுய நினைவிழந்தார்...!

மனம்

ராணா ரத்தன் சிங் கண்வழித்த போது, தமது கட்டுகள் அகற்றப் பட்டிருப்பதையும், அருகிலிருந்த ஆசனத்தில் தில்லிக் காவலரான அக்பர் அமர்ந்திருப்பதையும் கண்டு வெகுண்டெழுந்தார்.

"ராணாஜீ ! இது தங்கள் அரண்மனை ! நான் தங்கள் விருந்தினன். விருந்தினரை வரவேற்பதா, கையை ஓங்கிக் கொண்டு சண்டைக்கு வருவதா? எது முறை ?" என்று வினவினார் சக்கரவர்த்தி.

திகைத்து நின்றுவிட்டார் ராணா. அவர் கூட பேச மறுத்து விழித்த கண் விழித்தவாறு தன்னையே உற்று நோக்குவதைக் கண்ட பாதுஷா, நண்பரே, அமைதியடையுங்கள். சுய கௌரவமும், அஞ்சாமையும் நீதிமுறையும், நேர்மையும் என்னை மிகவும் கவர்ந்து விட்டன. நாடு போனாலும், சுகம் போனாலும், உயிர் போனாலும் போகட்டும்; மானம் போகக் கூடாது என்று, தினம் ஒரு இடமாக மாறி, பசியும், பட்டினியுமாக குழந்தையுடன் தாங்களும் தங்கள்

துணைவியாரும் பட்ட அல்லல்கள் என் நெஞ்சை உருக்கி விட்டன.

"நல்ல மனப்பான்மையுடன் உங்களை நாடி செய்தி தெரிவிக்கலாம் என்றால், என் ஆட்களைக் கண்டதும் மறைய இயலாவிட்டால் உயிரை இழந்து விடுவீர்களோ என்று ஐயம் கொண்டு இந்த இரண்டு வருஷங்களாகத் தங்களை உயிரோடு பிடித்து வருபவர்களுக்கு ஏராளமான பரிசு தருவதாகக் கூறினேன்.

"கர்ப்பிணியாக இருந்த ராணி வழி நடக்குங்கால் என்னை எவ்வாறு சபித்தார்களோ, தெரியாது. என் எண்ணம் நல்லதாக இருந்ததால், குழந்தையுடனும் பத்தினியுடனும் தங்களை கண்டுபிடித்து, உங்கள் அரசை உங்களிடமே ஒப்புவித்துக் கௌரவித்து, என் மனத்திலுள்ள பாராட்டுதலையும் தெரிவிக்க சந்தர்ப்பம் கிடைத்தது. என் அந்தரங்கக் காரியதரிசி ஹிதாயத் ஒரு கணம் தாமதித்திருந்தாலோ, தவறியிருந்தாலோ, என் திட்டங்கள் சர்வ நாசமாகி, கனவுகள் கலைந்து, அவற்றின் விளைவாக என் உயிருள்ளளவும் நான் நரகவாதனைப்பட இடமுண்டாகியிருக்கும்.

"ராணாஜீ ! எல்லோரும் இன்புற்று வாழ விரும்புபவன் நான். ராஜ புத்திரர்கள் ஒருவருக்கொருவர் ஒற்றுமையுடன் வாழ்வதற்கே என் சாம்ராஜ்யத்தில் ராஜஸ்தானை இணைத்து விட்டிருக்கிறேன்.

"தங்கள் பத்தினியும் குழந்தையும் சௌக்கியமாக உள்ளே இருக்கிறார்கள். நடந்தவை யாவும் நன்மைக்கே என்ற தாத்பரியத்துடன் என்னைக் கௌரவித்து அனுப்புவீர்கள் என்றே நான் நம்புகிறேன் !"

பேச்சை நிறுத்தினார் அக்பர்...!

தழும்பு

ராணா ரத்தன் சிங்கின் சிந்தனையில் ஏதோ எண்ணங்கள் உருவாகிக் கொண்டிருந்தன. ஆனால் அதைப்பற்றி ஒன்றுமே பிரஸ்தாபிக்கவில்லை. அக்பரை அவரது நல்லெண்ணத்திற்காகத் தான் மிகவும் பாராட்டுவதாகவும், இனி நட்பினர்களாகவே வாழ விரும்புவதாகவும் முக மலர்ச்சியுடன் கூறி உபசரித்து அக்பரை அனுப்பி வைத்தான் ராணா.

ராணாஜியின் உபசரிப்பும் வார்த்தைகளும் உண்மை யென்று நம்பி அகமகிழ்வுடன் புறப்பட்டுச் சென்ற பதினைந்து நாட்களுக்கெல்லாம், ராணாவிடமிருந்து ஓர் ஓலையுடன் ஆள் வந்திருப்பதாக அக்பரிடம் கூறினான் ஹிதாயத்கான்.

கேட்டார் முடங்கலை வாங்கிப் படித்துக் கேட்டார் பாதுஷா. அதில் அக்பருடைய குணாதிசயத்தைப் புகழுரை புனைந்து, கடைசியில், ஒருமுறை துறந்த அரசை அப்புறம் தானமாகப் பெற்று அரசாள்வதில் தன் மனம் சாந்தியடையவில்லை யென்றும், குழந்தையுடனும் பத்தினியுடனும் தான் தேச யாத்திரை போவதாகவும், அரசை சாம்ராஜ்யத்துடன் இணைத்து பிரஜைகளைப் பரிபாலிக்குமாறும் கேட்டுக் கொண்டு ராணா முடங்கலை முடித்திருந்ததைக் கேட்டு அக்பருடைய உள்ளம் உருகியது.

"ஆஹா! எத்தகைய சுத்த வீரர்! நான் ஏன் அவருடைய ராஜ்யத்தை முற்றுகையிட்டேன்? பேரரசு நிறுவும் ஆசை கொடிது, கொடிது! அந்த ஆசைமீது தழும்பேற்றிச் சென்றுவிட்டார் ராணா ரத்தன்சிங், அந்தோ !'

ஆண்களே அப்படித்தான்!

" பூம், பூம்!" என்ற கார் ஹாரன் சப்தம் கேட்டு தர்வான் வந்து 'கேட்' கதவைத் திறந்ததும் கார் உள்ளே புகுந்து பங்களா வாசலில் நின்றது.

டைரெக்டர் குஞ்சிதபாதம் காரிலிருந்து இறங்கி உள்ளே சென்றார்.

கைக்குட்டையில் எம்பிராய்டரி வேலை செய்வதில் ஈடு பட்டிருந்த ரமாதேவி, பூட்ஸ் காலடி ஓசையைக் கேட்டு நிமிர்ந்து பார்த்துவிட்டு, எழுந்து வரவேற்று ஆஸனத்தில் அமரச் செய்துவிட்டுத் தானும் உட்கார்ந்தாள்.

டைரெக்டர் மிகவும் மகிழ்ச்சியுடன், "மிஸ் ரமாதேவி, படத்தின் வெற்றிக்கு உங்கள் நடனம்தான் பிரதான காரணமாக மதிக்கப்படுகிறது....." என்றார்.

"வெறுமனேயாவது சொல்லாதீர்கள், புரூரவஸாக நடித்த ராவையும், ஊர்வசியாக நடித்த கலாவதியையும் விடவா நான்......"

"முழுதும் கேட்குமுன் இடைமறித்துப் பேசினால் நான் என்ன செய்கிறது ?......"

"சரி,சரி. சொல்லுங்கள்..."

"புரூரவஸும்,ஊர்வசியும் இன்னொன்றும் பற்றி எனக்கு அக்கறையில்லை. உங்களை கதாநாயகியாகப் போட்டு நானே கதை வசனம் எழுதி, ஒரு படம் எடுக்கப் போகிறேன்..."

"சந்தோஷம்; இப்பொழுது எங்கிருந்து வருகிறீர்கள் ?"

"பாரதி டாக்கிஸிலிருந்து."

"சினிமா பார்க்கப் போனீர்களா?"

"இல்லை; பொதுஜன அபிப்பிராயம் அறிவதற்காக காட்சி முடியும் தருணத்தில் கொட்டகை வாசலில் நின்று.. ஓஹோ! அப்படியா ?" என்று கடிகாரத்தைத் திரும்பிப் பார்த்துவிட்டு, "மணி பத்தரையாகி விட்டதே, இருங்கள்; இதோ வருகிறேன்" என்று எழுந்தாள் ரமாதேவி.

"பரவாயில்லை, வீட்டில் சாப்பாட்டிற்குக் காத்திருப்பார்கள். போகிற வழியில் நீங்களிருப்பதால் மனதில் தோன்றியதைச் சொல்லிவிட்டுப் போகலாமென்று வந்தேன்"

"அதனாலென்ன? நான் உங்களுக்கு சாப்பாடு கொண்டு வரப் போவதில்லை... மேலும் எங்கள் வீட்டிலெல்லாம் நீங்கள் சாப்பிடுவீர்களா?" என்று கண்களை சிமிட்டி, முகத்தை ஒரு மாதுர்ய அபிநயத்தில் வலித்துக் காட்டினாள்.

நாற்காலியை விட்டு எழுந்து சிரித்துக்கொண்டே பீரோவைத் திறந்து சிற்றுண்டி சிலவற்றை எடுத்து ஒரு தட்டில் வைத்து, பிளாஸ்கிலிருந்து காப்பியை டம்ளரில் ஊற்றி எடுத்துக் கொண்டு வந்து மேஜைமீது வைத்து, "சாப்பிடுவீர்களல்லவா?" என்று பார்வையைக் குறுக்கே வெட்டி நின்றாள் ரமாதேவி.

டைரெக்டர் தம்மை மறந்தவராக, அவளது கன்னத்தை லேசாகத் தட்டிவிட்டு, "இவ்வளவு பொல்லாத்தனம் உனக்கு எப்பொழுது வந்தது?" என்று கேட்டார்.

"பொல்லாத்தனம் புதிதாக வரவில்லை, நான் பிறக்கும் போது என்னுடனேயே பிறந்து விட்டதே!"

"பொய்! ஸ்டுடியோவில் ஒத்திகையின் பொழுதெல்லாம், பெட்டிப் பாம்பாக இருப்பாயே நீ....."

"அது காரியார்த்தமாக ;... இது தான் என் சுயரூபம்..."

‘ஊஹும், அப்படியா ? இருக்கட்டும் பார்ப்போம்...’

"அப்படியென்றால்?"

"அது அப்புறம் தெரியும், சாப்பாடு இருக்கிறதா?"

இல்லை; இருந்தாலும் போடமாட்டேன்..... டிபன் சாப்பிடுங்கள்...

"வேண்டாம்."

"ஏன்?" என்று வாஸ்தவமாகவே பிரமித்துப்போய் கேட்டாள் ரமாதேவி.

"விலைக்கு வாங்கிய இதெல்லாம் யாருக்கு வேண்டும்?"

ஒரு வினாடி ஒன்றும் விளங்காமல் விழித்துக்கொண்டு நின்றான் ரமாதேவி. மறுக்ஷணம் ஊகித்துக் கொண்டவள் போல, "அவ்வளவு நான் புண்ணியம் செய்யவில்லையே, ஸார்?" என்றாள் முகச் சுணக்கத்துடன்

"ஏனில்லை? நிச்சயமாக நீ பாக்கியசாலிதான். நாளை காலையில் பத்து மணிக்கு வருவேன். உன்னிடம் ஒரு இரண்டு மணிநேரம் படக் கதையைப் பற்றி யோசிக்க வேண்டும். இன்று மாதிரி சாப்பாடு இல்லையென்று சொல்லி விடாதே, என்ன?" என்று எழுந்தார் டைரெக்டர்.

"புறப்பட்டு விட்டீர்களா?" என்று ரமாதேவியும் எழுந்தாள்.

அவளுடைய குரலில் தொனித்த ஒரு சுக வேதனையும், பரவச உணர்ச்சியும் டைரெக்டரை பித்தனாக்கின. மையல் மயக்கத்துடன் ஊடுருவிய ஒரு பார்வையுடன் அவளையே பார்த்துக்கொண்டு நின்றார் அவர்.

ரமாதேவி சட்டென்று நினைவடைந்தவளைப் போல காப்பி டம்ளரை எடுத்து அவர் கையில் வைத்து, "இது விலைக்கு

வாங்கியதல்ல ; எனக்காக என்று நான் தயாரித்தது" என்று சிரித்துக் கொண்டே சொன்னாள்.

புல்லரித்துப் போன நிலைமையில் அதைப் ப்ரீதியுடன் உறிஞ்சிவிட்டு அவளிடம் விடை பெற்றுக்கொண்டார் டைரெக்டர்.

அவர் போன திசையையே பார்த்துக் கொண்டு மெய் மறந்து நின்றாள் ரமாதேவி.

தொட்டிலில் தூங்கிக்கொண்டிருந்த குழந்தை வீரிட்டு அழுதுகொண்டு எழுந்தது.

"த்ஸொ த்ஸொ!" என்று படுக்கையிலிருந்தபடியே தொட்டிலை ஆட்டி விட்டாள் கௌரி. குழந்தையா இது; இரவும் தூக்கமில்லே, பகலும் தூக்கமில்லே, பிராணனை வாங்கிண்டு...பீடை !" என்று அலுத்துக் கொண்டே எழுந்து குழந்தையை எடுத்துப் பக்கத்தில் விட்டுக்கொண்டு படுத்தாள் கௌரி.

அழுகுரலும் பேச்சு சத்தமும் கேட்டு விழித்துக்கொண்ட ருக்மணி அம்மாள், "ஏண்டி, உன் ஆத்துக்காரர் வந்தாச்சோ ?'" என்று கேட்டாள்.

"ஆத்துக்காரரையும் காணோம். ஒண்ணும் காணோம்..." என்று முனகினாள் கௌரி.

"ஒரு நாளைப் போல மணி பதினொண்ணாகிறது வரத்துக்கு; நிசி வேளையிலே திங்கற சோறு உடம்பிலே தான் ஒட்டுமா? என்ன உத்தியோகம், என்ன சம்பாத்தியம் வேண்டியிருக்கு!" என்று கொட்டாவி விட்டுக்கொண்டே குழறினாள், கௌரியின் தாயார் ருக்மணி அம்மாள்.

"சினிமாக் கொட்டகை வாசல்லே போய் நின்னுண்டு கிடக்கட்டும்..."

"எதுக்கு?" என்று அதிசயித்தாள் தாயார்.

"எதுக்குன்னா, படத்தைப் பத்தி அபிப்பிராயம் சேர்க்கணுமாம். அதிலேயிருந்து அடுத்த படத்தை எடுக்கத் தோது தெரியுமாம். படத்திலே அந்தத் தொம்பக் குட்டி டான்ஸ்தான் பிரமாதப் படறது!"

"தொம்பக் குட்டியா?"

"ஆமாண்டி, போன தடவை நீ வந்தப்போது நம்ப ஆத்து வாசல்லே ஆடினாளோல்லியோ..."

"ஆமாம்."

"அந்த குட்டிதான்! நீயும் நானும் அன்னிக்குக் கீழே யிருந்து வேடிக்கை பார்க்கலையா? என் அகத்துக்காரர் கூட மாடியிலேருந்து வச்ச கண் வாங்காமல் பார்த்தாரே! சினிமாவிலே ஆடற கண்றாவி டான்ஸைவிட இது தேவலைன்னே நீ. அந்தக் குட்டியைப் பிடிச்சுப் படத்துக்கு வேண்டிய டான்ஸுக்கு ஏற்பாடு பண்ணலாமேன்னு சட்டுன்னு உன் மாப்பிள்ளைக்குத் தோணித்தாம்."

"அப்படின்னா நம்ப படத்திலே ஆடற குட்டி அவதானா?"

"ஆமாம், ஆமாம், ஆமாம்! ராமியாக கழைக் கூத்தாடின தொம்பச்சி மிஸ். ரமாதேவி ஆயிட்டா இப்போ!"

"போடு சக்கை ! பிச்சை எடுக்கிற தொம்பச்சிக்கு வந்த அதிர்ஷ்டத்தைப் பார்த்தையாடீ!" அதுவரை பேசாமல் சோபாவில் படுத்திருந்த அவள் தம்பி, "அதிருஷ்டம்னா அப்படி இப்படிப்பட்ட அதிருஷ்டமில்லே! அத்திம்பேர் எடுக்கப்போற அடுத்த படத்திலேகூட அவதான் ராணி! படத்திலே மட்டுமில்லாமே அத்திம்பேருக்குக் கூட... கூட அவதான் ராணி......"

"என்ன?" என்று பதறி எழுந்து கேட்டாள் கௌரி.

'என்னடா உளர்றே?' என்று இடை செருகினாள் தாயார்.

"நான் ஒண்ணும் உளரல்லே ! நடக்கிறதைத் தான் சொல்றேன்...அத்திம்பேர் அடிக்கடி, அவ வீட்டுப் பக்கம் போறதை நான் கவனிக்கிறேன்... கார் சத்தம் கேக்கறது........ எழுந்து கதவைத்திற" என்றான் தம்பி.

"நீதான் போய் திற வேண்டா" என்று கூறிவிட்டு, பொத்தென்று படுக்கையில் சாய்ந்தாள் கௌரி அம்மாள்.

உள்ளே உடைகளை மாற்றிக் கொண்டே "பசி குடலைத் தின்னுண்டிருக்கு, தட்டலம்பி வை, கௌரி" என்றார் டைரெக்டர்.

பதில் பேசாமல் எழுந்து சென்று தட்டு வைத்துப் பறிமாறினாள் கௌரி.

சாப்பாடு முடிந்து படுக்கைக்கு வந்ததும், வெற்றிலையைக் கொடுத்துவிட்டு, "ஒண்ணும் வேண்டாமே, படுத்துக்கப் போகட்டுமா?" என்று சுவற்றைப் பார்த்துக்கொண்டு கேட்டாள் கௌரி.

"எங்கே படுத்துக்கப் போறடீ?" என்று கிண்டலாகக் கேட்டார் குஞ்சித பாதம்.

"கூடத்திலே தான்."

"ஏன்?"

"இனிமேல் நான் அங்கேயேதான்......." என்று மேலே பேச முடியாமல் துக்கம் நெஞ்சை யடைக்க ஒரு அடி எடுத்து வைத்தாள் கௌரி.

"இந்தா, இந்தா, இங்கே வா" என்று அவள் கையைப் பிடித்துக் கொண்டு, "என்ன சேதி?" என்பது போல சைகை செய்து கேட்டார்.

பதில் சொல்லாமல் கண்ணீர் உதிர்த்துக் கொண்டு நின்றாள் கௌரி.

குஞ்சிதபாதத்திற்குக் கொஞ்சம் கோபம் வந்தது. "சொல்ல இஷ்டமில்லாவிட்டால் வேண்டாம்... நீ வரவர நடந்து கொள்கிற மாதிரி ஒன்றுமே நன்றாக இல்லை..." என்று கொஞ்சம் கடும் குரலில் சொன்னதும், கௌரிக்கும் ஆத்திரம் வந்துவிட்டது.

"நீங்கள் நடந்துகொள்ளுகிற மாதிரி மட்டும் நன்றாக இருக்கிறதோ? ஆயிரம் சத்தியம் செய்து விட்டு ?" என்று அழுது கொண்டே கேட்டாள் கௌரி.

"சத்தியம் தவறி நான் என்ன செய்து விட்டேன்?"

"உங்கள் மனச்சாட்சியையே கேட்டுப் பாருங்களேன்?"

"எனக்குத் தான் மனச்சாட்சி என்பதே கிடையாது என்று ஊர்ஜிதமாகி விட்டதே உன் கேள்வியில் ?"

"பேசக் கற்றவர் நீங்கள். மொத்தத்தில் ஒரே வார்த்தையிலே முடிச்சுடறேன். இப்போ எனக்கு இருக்கிற கௌரவத்திலே இருந்து இன்னும் கீழே போகாமல், என் மனசைப் புண்படுத்தாமல் போக்யம், ஆசாபாசமெல்லாம்...... அடைய ரமாதேவி கொடுத்து வைச்சிருக்காள். குசாலா அனுபவிக் கட்டும்....." என்று நிறுத்தினாள் கௌரி.

"ஊம், இவ்வளவுதானா?" என்று கோபம் கொண்டவர் போல வினவினார் குஞ்சிதபாதம்.

பெண்மையின் கர்வத்துடன் நின்று நிமிர்ந்து கண்களை மலர்த்தி கணவனைப் பார்த்தாள் கௌரி.

"இதோ பாருங்கள். நான் பெண். பொறுக்க - எது நேர்ந்தாலும் சகிக்க வென்று - பிறந்தவள்; சகிப்பேன். அதோடு எனக்கும் கொஞ்சம் ஞானம் இருக்கிறது; என்ன வென்கிறீர்களா? சூழ்நிலையே மனுஷனை ஆக்குவதும், அழிப்பதும் என்கிற தத்துவம் எனக்குத் தெரியும்,ஆனால்..."

என்று நிறுத்தினதும் மார்பைத் தட்டிக் கொண்டு கண்களில் தணல் வீச "என் கை பிடிச்ச ஆண்பிள்ளை உத்தமன், நித்தியா அநித்தியத்துவம் தெரிந்த அறிவாளி; மானுஷிக உண்மை தெரிஞ்ச விவேகி என்று இறுமாந்து - மண்டைக் கர்வம் பிடித்துத் திரிந்தேன். இன்னியிலே யிருந்து- எல்லாரையும் போல என் ஆம்பிடயானும் ஒரு ஆண் பிள்ளை என்று எண்ணி - மனசைப் பட்டினி போட்டுக் கொல்லணும். அது என்னால் முடியும்... அவ்வளவுதான் விஷயம். பேசினது தப்பாக இருக்கலாம். நீங்கள் தாலி கட்டின பெண்டாட்டி என்ற இரக்கத்தோடு அதை மன்னிச்சுடுங்கோ..... இன்னிக்கோடே இந்தப் பிரச்னை சரி. இனிமேல் தலையெடுக்காது... நாழியாச்சு தூங்குங்கோ..." என்று கூறி முடித்து விட்டு, அவரது பதிலுக்கு எதிர் பார்க்காமலே கதவை மெல்ல மூடிக் கொண்டு கூடத்திற்கு வந்தாள் கௌரி.

வாழ்க்கைப் பிரவாகத்தில் ஆனந்தமாக அதுவரையில் நீந்தி விளையாடிக் கொண்டு வந்த குஞ்சிதபாதம் கண்மூடித் தனமாக ஊர்ந்து வந்து சுழலில் அகப்பட்டுக் கொண்டது போல உணர்ந்து திடுக்கிட்டார்.

கௌரியின் பொருள் பொதிந்த சொற்கள் ஒருபுறம் அவரைக் கொத்தி எடுத்தன.

குஞ்சிதபாதத்தின் சிந்தனையிலும் வாழ்க்கையிலும் முதன் முதலாக சிக்கல் விழுந்தது !

பிராயச்சித்தம்

கார் வந்து வாசலில் நின்றது.

வெளி வராந்தாவில் தயாராக இருந்த பெட்டி படுக்கைகளை எடுத்துக் கொண்டுபோய் காரில் ஏறினான் தர்வான்.

"கற்பகம்!... கற்பகம்!... சீக்கிரம் !..."

கண்களைத் துடைத்துக் கொண்டே அங்கு வந்தாள் கற்பகம்.

விசுவம் அவளுடைய கைகளைப் பிடித்துக் கொண்டு, "அசடாக இருக்கிறாயே" என்றான்.

ஆமாம். அசடானதினாலேதான் உங்களை...!" மேலே பேச முடியாமல் கற்பகத்துக்கு துக்கம் தொண்டையை அடைத்தது. நீர் நிரம்பிய கண்களுடன் கணவன் முகத்தைப் பார்த்துக் கொண்டு நின்றாள்.

விசுவத்திற்குக் கொஞ்சம் கோபம் வந்தது. இருந்தாலும் புறப்படுகிற தருணத்தில் அவளை கடிந்து கொள்ள அவனுக்கு மனம் வரவில்லை. பரிவு மிக்க குரலில், "உன் எண்ண மும், பயமும் ரொம்ப முட்டாள் தனமானது கற்பகம். இதை உனக்கு ஆயிரம் தடவை தெளிவு படுத்திவிட்டேன். இப்பவும் சொல்லிவிட்டுப் போகிறேன். சங்கர சிரௌதிகள் பரம்பரைக்கு நாக்கு ஒன்றுதான். நீ நினைக்கிற மாதிரி மதி மயங்கிப் படுகுழியில் விழமாட்டேன். கண்களைத் துடைத்துக் கொள். தைரியமாக, சந்தோஷமாக எனக்கு உத்தரவு கொடு" என்று கூறி அவளைத் தேற்றினான்.

தன் கையிலிருந்த விபூதியை அவன் நெற்றியிலிட்டு "என்னவோ, அபய ஹஸ்தத்தோடு அதோ உட்கார்ந்திருக் கிறானே பழனி மலையான் - அவன்தான் உங்கள் பக்கத்தி

லிருந்து காப்பாத்தணும். போயிட்டு வாங்கோ, வருஷப் பிறப்புக்குக் கண்டிப்பாய் ஆத்துக்கு வந்துடணும், ஆமாம்!" என்று கடைசியில் ஆக்ஞையிட்டு உத்தரவு கொடுத்தாள் கற்பகம்.

"நான்தான் வரேன்னேனே... வந்துடறேன். குழந்தையைக் கவனிச்சுக்கோ பத்திரம்... வரட்டுமா!"

மௌனமாகத் தலையசைத்தாள் கற்பகம்.

அஞ்சனா பில்ம்ஸாரின் "வாஸவதத்தா" என்ற படத்திற்கு வசனமெழுதவென்று விசுவ குமார் சென்னைக்கு வந்து மூன்று மாதங்கள் ஓடிவிட்டன.

பன்னிரண்டு வருஷங்களுக்கு முன்பு அவன் படித்துக் கொண்டிருந்த சென்னையாக இப்பொழுது இல்லை !

ஒரே நாகரிக மயம். சினிமா ஸ்டைல் ! தாம்பத்ய ஜோடிகளும், யுவதிகளும், நாகரிக உடைகளுடன் நடமாடும் காட்சி அவனை நிலைதடுமாறச் செய்தது!

கிராமத்துப் பசும்புல் வெளியில்கண்ட கற்பனையும் எழுத்தும், பட்டண வாசத்துச் சூழ்நிலையில் அவனால் காண இயலவில்லை!

போதாக் குறைக்கு படத்தின் கதாநாயகி வாஸவதத்தாவாக நடிக்கவிருக்கும் பூர்ணாதேவியின் சிநேகமும் அவளுடைய தோற்றமும் அவனைப் பித்தனாக்கி விட்டன

"பூர்ணா! நீதான் அந்த பாரதி வர்ணித்த புதுமைப் பெண்! அழகு, குணம், படிப்பு, ஆராய்ச்சி, சுயநல தியாகம் இவ்வளவும் உன் பெயரின் அழகுக்கு அழகு செய்கின்றன!

உன்னுடன் பேசுவதே மனிதன் கற்க வேண்டிய ஒரு கலை!

"கற்பகமும் இருக்கிறாளே-ஒரு பெண் என்று: ஒரு நாளாவது, சிரிப்பும் விளையாட்டும், ஸல்லாபமுமாக இருந்ததுண்டா

அவளுடன்? பொழுது விடிந்ததிலிருந்து இரவு பத்து மணி வரைக்கும் சமையலறையில் தான் அவளைப் பார்க்கலாம்! சை!" இந்த மாதிரி எண்ணங்கள் அவனைத் துருவின ! கற்பகத்தையும், பூர்ணாவையும் மறுபடி மறுபடி ஒத்திட்டுப் பார்த்தது அவன் உள்ளம்.

பாவம்! கிராமியப் பண்பில் வளர்ந்த கற்பகத்திற்குக் காதலைப் பற்றி என்ன தெரியும் ? 'தானடங்க தன் குலமடங்க' என்று, மட்டு மரியாதையாக, கணவனையே தெய்வமாக மதித்து உபசரிக்கவும், போர்த்தின முதுகு திறக்காமலும், குனிந்த தலை நிமிராமலும் சாதுவாய் இருப்பாள்! இதுதான், கற்பகத்திற்கு அவளுடைய பாட்டி சொல்லிக் கொடுத்த நாகரிகம்!

இந்த நாகரிகம், கிராமத்திலே இருந்த போது விசுவத்திற்கும் நியாயமாகவேதான் பட்டது!

பட்டணம் வந்து, படக் கதை எழுத காதலையும் கலைய யும் வர்ணிக்க முயன்று, சுபாவமே நடிப்போ, என்று மலைக்கக்கூடிய சாதுர்யக்காரியான பூர்ணாவின் கண்வீச்சும், பேச்சும், இடையிடையில் மோத, தெருவிலும், 'செட்'டிலும் காணும் யுவதிகளுடைய நவநாகரிக அலங்காரங்களும் அவனுடைய உணர்ச்சிகளைத் தட்டியெழுப்பி விட்டன.

இவற்றிற்கு முன், வீட்டைவிட்டு புறப்படும் சமயம் மனைவிக்குக் கொடுத்த வாக்குறுதியும், நாணயமும் காற்றில் பறந்தோடின ! இப்பொழுது பழைய விசுவமல்ல அவன்!

நாளாக ஆக, பூர்ணாவின் சிநேகம் காதலாகக் கனிய ஆரம்பித்தது. வசனகர்த்தா விசுவ குமாரும், ஹிரோயின் பூர்ணா தேவியும் இன்ப சிகரத்தில் உலவும் பருவம் இது!

மற்றுமிரண்டு மாதங்கள் உருண்டன.

மணி பதினொன்று! தோளில் தோற்பை ஊசலாட, விசுவ குமார் இருந்த அறையின் கதவுப் புறமிருந்த திரையைத் தள்ளிக்கொண்டு உள்ளே நுழைந்தாள் பூர்ணாதேவி.

சிகரெட்டைப் புகைத்துக் கொண்டு நாற்காலியில் அமர்ந்திருந்தான் குமார்.

பூர்ணா அதைப்பிடுங்கி வீசியெறிந்துவிட்டு, முறைப்புடன், "மறுமுறை சிகரெட்டுடன் உங்களைப் பார்த்தேன்..." என்றாள்.

"ஊம்! என்ன செய்து விடுவாய்!"

"அது அப்புறம் தெரிகிறது...சட்! என்ன நாற்றம்!...சை!"

"சட், சீ, தூ ! என்று கொண்டு இதென்ன வேண்டியிருக்கிறது? எட்டப் போய் உட்காரேன் !"

"சொல்ல மாட்டீர்களா என்ன......? இதென்னது கடிதம் சுக்கு நூறாகிக் கிடக்கிறதே!..." என்று அந்தத் துண்டுகளை யெல்லாம் பொறுக்கினாள் பூர்ணா.

"இதோ பார்-இங்கே துண்டு கிடக்கிறது; எல்லாவற்றையும் பொறுக்கி, பிணைத்துப் படி !"

"படிக்கத்தான் போகிறேன்" என்று அனைத்தையும் சிரமப்பட்டு ஜோடித்துப் படித்தாள் பூர்ணா.

திக்கென்றது அவளுக்கு. ஒரு தடவைக்கு நாலு தடவையாகப் படித்துப் பார்த்தாள். மின்வெட்டைப் போல பழைய நினைவொன்று அவள் மனவெளியில் பளிச்சிட்டது!

"ஹும்,நாடகக்காரி என்றால் அவ்வளவு ஏளனமாடீ உனக்கு! அவள் நகத்தழகு காணுவாயா நீ ?" என்ற இடிக் குரல் இப்பொழுதுதான் உறுமுவது போல பிரமை ஏற்பட் டது அவளுக்கு!

பூர்ணாவின் மருட்சியையும் முக விகாரத்தையும் கண்டு மலைத்துப் போய் உட்கார்ந்திருந்தான் விசுவம்.

பூர்ணாவின் நினைவு அவள் கணவனுடன் குடும்பம் நடத்திய காலத்திற்குச் சென்று கொந்தளித்தது.

அழகின் ஆலயமாகவும், அறிவின் உறைவிடமாகவும் இருந்து, கணவனிடம் பரிபூரண அன்பு வைத்து அவனை ஆராதித்ததற்கு அவன் அவளிடம் காண்பித்த அருமை அது!

தனது தகைமைக்குச் சிறிதும் ஒவ்வாத கணவனாக இருந்தும், தனது நாதன் என்ற மகத்துவத்திற்குப் பணிந்து கால்களைப் பற்றிக் கொண்டு மன்றாடிய பொழுது- தாலி கட்டிய மனைவியை உதைத்துத் தள்ளிவிட்டு ஓடிய கிராதகனிடம் நான் இருப்பதா இன்னும்?

"வாழ்வா அது? இனி அவன் என் கணவனல்ல; சத்துரு. சத்துருவைப் பழி தீர்க்க வேண்டும். வஞ்சம் தீர்க்க வேண்டும். தீர்த்தே ஆக வேண்டும். அதற்காக எந்த நரகத்தில் விழவேண்டுமாயினும் தயார்" என்றேன்.

"இதோ!.. பழி தீர்த்து விட்டேன். ஆனால்.... ஐயோ.... ஆம்... இன்னும் சாவகாசம் இருக்கிறது... பிராயச்சித்தம் செய்ய.."

உதறிக்கொண்டு எழுந்து, வராந்தா ஓரம் வந்து, "ஸலாம் ?" என்று கூப்பிட்டாள்.

காரில் உட்கார்ந்திருந்த டிரைவர் எழுந்து பூர்ணாவின் முன்பு வந்து நின்றான்.

"தஞ்சாவூருக்குப் போகவேண்டும். பெட்ரோல் இருக் கிறதா, வண்டியில்?"

"கொஞ்சம் வேண்டியிருக்கும்."

"உங்களிடம் இருக்கிறதா குமார்?'

இருக்கிறது என்ற அர்த்தத்தில் தலையை அசைத்தான் குமார்.

"வேண்டியதை எடுத்துக்கொள்" என்று டிரைவருக்குக் கூறிவிட்டு, விசுவத்தின் பக்கம் திரும்பி, "புறப்படுங்கள், குமார்!" என்றாள்.

"எங்கே?"

"இறங்கும் போது தெரிகிறது" என்றாள் பூர்ணா.

குமாரையும் பூர்ணாவையும் ஏற்றிக் கொண்டு கார் தஞ்சாவூரை நோக்கிப் பறந்தது.

மற்றும் மூன்று மாதங்கள் ஓடின.

"வாஸவதத்தா" அமோக வரவேற்புடன் எங்கு கண்டாலும் உலவிக் கொண்டிருந்தாள்.

பூர்ணாவின் புகழ் சினிமா உலகை உலுப்பி எடுத்தது! பூர்ணாவைத் தேடித் திரிந்துகொண்டு படமுதலாளிகள் திண்டாடினார்கள்.

அவளை எங்கேயும் காணமுடியவில்லை அவர்களால்.

"பூர்ணா"

"என்ன?""

"இன்னும் எவ்வளவு நாளைக்கு இந்த அக்ஞாதத்தில் ஓய்வெடுத்துக் கொள்ளப் போகிறாய்?"

"ஏன்?"

"என்ன 'ஏன்' என்கிறாய் ? இந்தச் சிறை வாசத்திற்கு ஓய்வு என்று பேரோ ?"

"என்ன செய்யச் சொல்லுகிறீர்கள்?"

"ஒன்றும் செய்யவேண்டாம். தேடி வருபவர்களுக்கு என்னால் இனி ஜவாப் சொல்ல முடியாது. ஆமாம்!"

ஒரு நிமிஷம் பொறுத்து சாவதானமாக, "கவலைப் படாதீர்கள். நாளை முதல் நீங்கள் அந்த சள்ளைப்பட வேண்டி வராது. கீழே போய் கொஞ்சம் காப்பி அனுப்புகிறீர்களா சூடாக..."

"உபரி என்ன வேண்டும்?"

"உபரி வேண்டாம். காப்பி மட்டும் - சூடாக இருக்கட்டும்."

"நல்ல காப்பி, நல்ல சூடு!" என்று கூறிக் கொண்டே திரும்பினான் கேலியாக.

ஐந்து நிமிஷத்தில் காப்பி வந்தது. அதை வாங்கிக் கொண்டு உள்ளே சென்று கதவைத் தாளிட்டுக் கொண்டாள் பூர்ணா.

கொதிக்கக் கொதிக்க சொட்டுச் சொட்டாக டம்ளர் காப்பியையும் சாப்பிட்டுவிட்டு 'அப்பாடா' என்று பெருமூச்சு விட்டாள்.

எழுந்து அறையில் குறுக்கும் நெடுக்குமாக உலாவினாள். சரி, மூளை ஒரு தீர்மானத்திற்கு ஒத்து வந்து விட்டது! "காசும் பணமும், உணவும், படுக்கையும் பார்த்தாகி விட்டது. நீரில் கிடந்த சோற்றை அரித்தும் தின்றாயிற்று - நெய்யும், பாலும், உண்டாயிற்று, போக போக்யங்களை மென்று விழுங்கி துப்பியும் ஆயிற்று !"

'இந்த நிமிஷம் எனக்கு எதன்மேலும் பற்றுதலில்லை. என் எதிர்கால ஸ்மரணையில் தெய்வாம்சமாக விளங்கி என்னை ஆற்றுபவள் கற்பகம் என்ற ஒருத்திதான்.

"குமார் மூன்று மாதமாகப் பிரயத்தனம் செய்து கன்னெஞ்சுடன் உங்கள் மீது வைத்த பிரேமையை எனது ஆசைகளை - இன்பக் கோரிக்கைகளை - தகர்த்து எறிந்துவிட்டேன்."

"கற்பகம், உத்தம ஸ்திரீ எனது மதிமயக்கத்தால், நான் பட்ட ஆவிக் கொதிப்பையே உனக்கும் உண்டாக்கி விட்டேன். இனி அந்தத் தவறைச் செய்யக் கூடாது என்ற உறுதிக்கு வந்துவிட்டேன். எப்பொழுது அந்த பிரதிக்ஞை செய்து விட்டேனோ அப்பொழுது அந்த வீட்டில் நானிருப்பது கூடாது. என் காதல் தேவனை...சை, துர் எண்ணம்!... குமார்... ஏன்... இனிய. என் மனதை, சை, என்ன துஷ்ட எண்ணம். நான் நிமிர்ந்து பாராதிருந்தால்...இத்தனை காலமும் இருந்தது போல...? கொடுத்து வைத்தால்தானே ...? சரி..... இனி அதைப் பற்றிப் புலம்பி என்ன லாபம்! ஏதோ, காதல், உண்மை அன்பு... இவற்றின் மாய் ஜாலங்களில் மனதைப் பறிகொடுத்தேன்... பூமிதேவி போன்ற கற்பகத்தின் வாழ்வில் இருளைத் தோற்றுவித்தேன்... நல்லவேளை...... இப்போதாவது உணர்ந்து கொண்டேனே, அது போதும்!" என்று இவ்வாறாக மனதை திருப்திப் படுத்திக்கொண்டு படுக்கையில் சாய்ந்தாள்.

'பூர்ணா மதுரை சென்று வருவதாகப் போய் ஒரு வாரமாகி விட்டது. இன்னும் வரக் காணோமே கடிதமாவது வருமோ' என்ற நினைவில் வாசலில் நின்று பார்த்துக் கொண்டிருந்தாள் கற்பகம்.

கடிதம் வந்து விட்டது.

அதைக் கொண்டுவந்து குமாரிடம் கொடுத்தாள் கற்பகம். பிரித்துப் படித்தான். கையில் கடிதத்தை வைத்துக் கொண்டே சிந்தனையில் ஆழ்ந்து விட்டதைக் கண்ட கற்பகம், "என்ன எழுதியிருக்காள்?" என்று தாபத்தோடு கேட்டாள்.

"குமார், தங்கள் கடிதம் கிடைத்தது. தங்கள் உத்தரவுப் படி உடனே வரமுடியாததற்கு வருத்தப்படுகிறேன்."

"நான் மற்றும் சில செய்திகளைத் தருகிறேன். பூர்ணா தனது சொத்து, சுதந்திரம் யாவையும் எனது அறிவுக் கண்ணைத் திறந்துவிட்ட கற்பகத்திற்குக் காணிக்கையாக செலுத்திவிட்டாள்."

"இனி அவளுக்கு பந்தமில்லை, பாசமில்லை. உலகில் இனி ஒன்றுமே இல்லை! உடம்பில் தெம்பு உள்ளவரை க்ஷேத்திராடனம் செய்து, நினைவுள்ளவரை நடமாடி, என்றே ஒருநாள் உடம்பு விழுந்து விடப் போகிறது. அதைப்பற்றி இனி கவலையில்லை."

"கற்பகம்! நல்ல குலத்தில் பிறந்தேன். கல்யாணம், செய்துகொண்டேன்: வாழ்ந்தேன். கணவனை நாடகக் கலைக்கு நான் தாரை வார்த்ததும் - பிறகு நிகழ்ந்ததும் யாவும் உனக்குச் சொல்லியிருக்கிறேன்! பங்களா, மோட்டார் கூர்க்கா, அஷ்ட ஐஸ்வரியம் எல்லாம் அனுபவித்து விட் டேன். இனி அவைகளை யெல்லாம் உனக்கு மனமார அர்ப்பணம் செய்வதை சந்தோஷத்தோடு ஏற்றுக்கொள். கற்பகம், நன்றாக இரு ! நான் செய்த பாபத்திற்கு நிவாரணம் தேட வந்து விட்டேன்."

"குமாருக்கு எனது நமஸ்காரம்.- பூர்ணா"

"ஐயையோ, அவளை என்ன சொன்னீர்கள்? என்ன விபரீதமிது?"

"நான் ஒன்றும் சொல்லவில்லை. ஆனால் இந்த மாதிரி அவள் ஏதாவது செய்வாள் என்பது மாத்திரம் அவள் உன் கடிதத்தைப் பார்த்ததிலிருந்தே..."

"எந்தக் கடிதம்?"

"அதுதான், சொல்லல்லியா நான் கிழித்துப் போட்ட துண்டுகளை....."

"ஓ, அதுவா ! சரி, அது கிடக்கு, காரை எடுத்துண்டு ஓடுங்கோ முன்னாடி.. அவள் இல்லாதே..."

"அவள் நான் போகிற மட்டில் அங்கே உட்கார்ந்திருப் பாளோ...! அவ்வளவுதான்..."

கற்பகத்திற்கு ரொத்திராகாரமாகக் கோபம் வந்தது. கண்களை உருட்டி விழித்து, "அவ்வளவு தானா? அவளைப் பரதேசியாக்கித் துரத்திவிட்டு, நாம் சொத்தை யெல்லாம் அனுபவிப்பதா... ஆனந்தமாக? ஆமாம், பெண் மனம் பெண்ணுக்குத்தானே தெரியும்? நீங்கள் என்ன கண்டீர்கள் ? அவள்... போய்விட்டாளா? சரி. இதை யெல்லாம் தான தருமம் செய்யுங்கள்... நம்முடைய செல்வம் நமக்குப் போதும்" என்றாள்.

குமார் அப்போது பொறி கலங்கி உணர்விழந்து சோர்ந்திருந்தான். கற்பகம் கண்ணீரை வடித்துக்கொண்டு பதுமையாக நின்றாள்.

வாசலில்,

"அம்மா, தாயே, ஏழைக்கு ஒரு வாய் அன்னம் கொடு, தாயே" என்ற குரல் கேட்டு திடுக்கிட்டாள் கற்பகம்.

"பிச்சை கொடு" என்றான் குமார்.

பூர்ணாவின் தியாகம் ஏழைகளுக்குப் பயன் தந்தது!

பாசம்

மேல் மாடி வெட்ட வெளியில் கைகள் இரண்டையும் சேர்த்துத் தலைக்கடியில் வைத்துக் கொண்டு இருந்தாள் கல்யாணி.

நீல வானில் அங்கொன்றும் இங்கொன்றுமாகக் கண் சிமிட்டிக் கொண்டிருந்த நட்சத்திரங்களுக் கிடையில் பூர்ண சந்திரன் ஊர்ந்து கொண்டிருந்தான். அதில் பார்வையைச் செலுத்திச் சிந்தனையில் ஆழ்ந்திருந்தாள் அவள். உள்ளே இருந்தபடியே அவளுடைய தீவிர சிந்தனையைக் கவனித்துக் கொண்டிருந்த விசுவம் எழுந்து வந்து அவள் அருகில் அமர்ந்து, "என்ன மனோராஜ்யம் செய்து கொண்டிருக்கிறாய் கல்யாணி?" என்று அவள் கையைப் பற்றி யெடுத்தான்.

சாவதானமாகத் திரும்பிப் பார்த்தாள் கல்யாணி.

அதை உங்களைக் கூப்பிட்டுச் சொல்லவேண்டும் என்று வாயெடுத்தேன். அதற்குள் நீங்களே கேட்டு விட்டீர்கள்! உம்...வந்து...நாளைக் காலையில் அம்மா வருகிறாள்...!

"அம்மா வருகிறாள்!" என்று அவள் சொன்ன சொற்களுக்குள் முக்கிய காரியமாக 'வரப் போகிறாள் என்பது தெளிவாகத் தெரிந்தது. இருந்தும் "என்ன விசேஷம்? வெறுமனே உன்னைப் பார்த்துவிட்டுப் போவதற்குத்தானே கல்யாணி ?" என்று கேட்டான் விசுவம்.

"அவள் அந்த நினைவுடன்தான் வருவாள். ஆனால் அவள் புறப்படும்போது நானும் போகலாமென்று இருக்கிறேன். ஒரு வாரமாக மறுபடியும் ஜுரமும் முதுகு வலியும் ஆரம்பித்து விட்டன..."

"ஏன் இவ்வளவு நாட்களாக என்னிடம் அதைச் சொல்லவில்லை ?"

"சொல்லி உபயோகம்? 'நோய் திரும்பிக் கொள்ளாமல் பார்த்துக்கொள். ஆகார பலத்தில்தான் உன் ஆயுசு' என்று எச்சரித்துத் தான் டாக்டர்கள் வெளியே அனுப்பினார்கள். ஆகாரத்தில் குறைவேயில்லாமல் இருக்கும் போதும் வியாதி திரும்பி விட்டால், நமக்கு அர்த்தம் புரியவில்லையா ?" என்று கேட்டாள்.

"என்னமாவது பிதற்றாதே, கல்யாணி! நாளைக்கு ஆஸ்பத்திரிக்குப் போனால் போச்சு ! "

"பிரயோசனமே யில்லை! என் நிலைமை எனக்குத் தெரியாதா? அந்தப் பைசாச நோய் என்னை மட்டிலுமே உண்டு பசி தணியட்டும், உங்களொருவரையும் பற்றாமல்!"

"இந்த மாதிரி என்னிடம் பேச உனக்கு எப்படி மனம் வந்தது கல்யாணி ? உன் இஷ்டப்படி யெல்லாம், நீ சொன்ன படி யெல்லாம் ஆடினேன்..."

விசுவம் அழுதே விட்டான்.

தன் கண்களில் நீர் வழிய, அவன் கண்ணீரைத் துடைத்தாள் கல்யாணி. "வருத்தப்படாதீர்கள். ஒரு அளவோடு என் மீது நீங்கள் பாசம் வைத்திருந்தால் அது நீடூழி காலம் நாம் வாழ சம்மதித்திருக்கும்! அபரிமித ஆசை வைத்தீர்கள். தெய்வத்துக்கும் பொறுக்கவில்லை. உடைத் தெறிந்து விட்டது ! என் வரையிலும் என்னுடைய மனசை நான் திடப்படுத்திக் கொண்டு விட்டேன்..."

"கல்யாணி! வீட்டிலுள்ள சகலமும் போகட்டும். நீ பிழைத்தால் போதும். வைத்தியம் செய்கிறேன் - தைரியமாக இரு. நாம் பிழைத்து விடுவோம் என்ற நம்பிக்கை வை" என்று மனமுருகிச் சொன்னான் விசுவம்.

துக்கம் குடி கொண்டிருந்த கல்யாணியின் முகத்தில் புன்னகை பிறந்தது. "நீங்கள் உங்கள் உயிரையே கொடுப்பதானாலும், என்னைப் பிழைப்பிக்க இனி சாத்தியமில்லை. செய்யக் கூடியது என்ன என்றால், என் குழந்தையை அவனுடைய தாய் தகப்பனாரை இந்த பேய் பற்றி உறிஞ்சாமல் தடுக்க வேண்டும்."

"அவனுடைய தாய்.. அவனுடைய தாய் நீ தான் கல்யாணி..."

"இல்லை லக்ஷ்மிதான் அவனுடைய தாய் இனிமேல். நான் ஊருக்குப் போன மறுநாள் அவள் வந்து விடுவாள். என் மீது வைத்திருக்கும் அன்பை, அவளிடம் வைத்துச் சுகமாக வாழுங்கள். குழந்தை மீது அவள் வாஞ்சை எனக்குத் தெரியும். குறைவில்லை...''

"போதும் நிறுத்து, கல்யாணி! உன் பிடிவாதத்துக்குக் கட்டுப்பட்டு உன் மனசு நிம்மதியடைந்து, உடம்பு தேவலை யானால் போதும் என்று இன்னொரு கல்யாணம் என்ற பைத்தியக்காரக் காரியத்தையும் செய்து..."

"நன்றாக இருக்கிறதே! பைத்தியக்காரக் காரியமா அது? செய்யவேண்டிய முக்கியமான காரியத்தையல்லவா செய் திருக்கிறோம்? என்றைக்கு டாக்டர் டி. பி. என்றாரோ அன்றைக்கே நான் நிச்சயித்த காரியம் அது. என் குழந்தையும், நீங்களும் சௌக்கியமாக இருப்பீர்கள் என்ற நிம்மதியுடன் என் பிராணன் போகவேண்டாமோ?''

"கல்யாணி?" என்று அவள் வாயைப் பொத்தினான் விசுவம்.

அவன் கையை விலக்கி விட்டு, "வாயை விட்டுச் சொல்லாமலிருந்தால் வருகிற யமன் திரும்பிப் போய்விட மாட்டான். அம்மாவிடம் ஒரு நாடகம் நடத்தி ஊருக்குப் புறப்பட வேண்டும். நீங்கள் ஏதாவது உளறி விடாதீர்கள் என்றாள் கல்யாணி."

"நீ சொல்வது எனக்கு ஒன்றும் புரியவில்லை கல்யாணி! கண்மூடித்தனமாக நீ சொல்வதை யெல்லாம்..."

"அப்படியில்லை. நமது வம்சம் விளங்கவேண்டும் என்ற நல்லெண்ணத்தில் செய்கிறேன். தெளிவாகச் சொல் கிறேன் கேளுங்கள். நோய் திரும்பாமல் நான் நன்றாகவே இருப்பதாக வைத்துக் கொண்டாலும் மேற்கொண்டு புத்திரப் பேறு என்பதோ, வாழ்க்கையில் ஒரு மலர்ச்சி என்பதோ எனக்குக் கிடையாது. அப்படி இருக்க, வாழ்வு மலர என்று என் மனமார ஒரு பெண்ணை உங்களுக்கு மணம் புரிவித்து, அவளை வஞ்சிப்பது எவ்வளவு பெரிய பாவம் ? நினைத்துப் பாருங்கள்! பிழைத்து எழுவேன் என்ற நம்பிக்கையில்லாத போது செய்ய வேண்டியதை செய்தேன். பெருந்தன்மைக்கும் என் ஆத்மசாந்திக்குமாக இப்போது மூன்று மாதங்களாக அசட்டுக் காரியம் செய்தோமே என்று வருந்தினேன். 'இல்லை. நல்ல காரியம்தான் செய்தாய். நீ வருத்தப்படுவது தான் அசட்டுத்தனம்!' என்கிறது விதி. டி.பி. என்றாலே ஆற்றங்கரைப் பிள்ளையார் சங்கதிதான். அதிலும் எனக்குப் பகவான் கொடுத்திருப்பது... ஐயைய எதற்காக இப்பொழுது அழுகிறீர்கள்? அழுது என்ன பயன்? அதோ குழந்தை எழுந்திருக்கிறான். அவனுக்குப் பாலைக் கொடுங்கள்" என்று கணவனைத் தூண்டினாள் கல்யாணி.

வேதனை மண்டிய மனத்துடன் எழுந்து சென்று குழந்தைக்குப் பால் கொடுத்து படுக்க வைத்தான் விசுவம்.

பிறகு விடிய விடியத் தூக்கமற்றுப் பேசியதையே திரும்பத் திரும்பப் பேசிக் கணவன் மனத்தை ஒருவாறு ஆற்றி அவன் சம்மதத்தைப் பெற்றுக்கொண்டு பொழுது புலரும் சமயத்தில் துயிலில் ஆழ்ந்தாள் கல்யாணி.

"கல்யாணி!" என்ற குரல் கேட்டுக் கண் விழித்துப் பார்த்தபோது தாயாரும், கணவரும் தலைமாட்டில் நிற்பதைக் கண்டு திகைத்துப் போய், "அடாடா! எவ்வளவு நேரம்

தூங்கியிருக்கிறேன்? அப்பா வரவில்லையா அம்மா?" என்று தாயாரை வரவேற்றாள்.

அப்புறம் நான்கு நாட்கள் வரையில் சந்தோஷமாக அந்த வீட்டில் வளைய வந்தாள். கணவனுக்கு இஷ்டமான சமையல், சிற்றுண்டிகளைச் செய்யச் சொல்லிக் கையால் கொடுத்தாள். குழந்தைக்கு விதம் விதமான ஆடை அலங்காரம் செய்து கண்குளிரக் கண்டு மகிழ்ந்தாள்; ஆனந்தக் கண்ணீர் விட்டாள். 'என் அப்பனே! என் ஆயுசையும் சேர்த்து நீ என்றும் சிரஞ்சீவியாக, மார்க்கண்டனாக இரு' என்று தனது அருமை மகனுடைய தலையைத் தொட்டு ஆசீர்வதித்தாள்.

மறு நாள் காலையில் லக்ஷ்மி வரும் கடிதம் கிடைத்தது. அன்றிரவு குழந்தை தூங்கிய பிறகு போட் மெயிலுக்குக் கிளம்பினாள் கல்யாணி. பொங்கி வந்த துக்கத்தைத் துணியினால் வாயில் அடைத்துக் கொண்டு கல்யாணியை டாக்ஸியில் ஏற்றினான் விசுவம்.

குழந்தை மாடியில் தனியாக இருக்கிறான். "போங்கள். நான் அடுத்த வாரம் வந்து விடுவேன்'' என்றாள், ஏதோ அவசரமாகத் திரும்பி வருபவள் போல.

விசுவம் ஒன்றும் பேசவில்லை. டாக்ஸிக்குள் இருந்த கல்யாணியைப் பார்க்கப் பார்வையைக் கூர்மையாக்கினான். கண்ணீர் மறைத்தது. டாக்ஸி டிரைவரிடம், "போகலாம், அப்பா !" என்றாள் கல்யாணி.

பிரமை பிடித்து நின்று கொண்டிருந்த விசுவத்தைப் பிள்ளைப் பாசம் 'மாடிக்கு வா !' என்று அழைத்தது.

வாசல் கதவைத் தாளிடும் போது "கல்யாணி ! நீ க்ஷயரோகி என்பதற்காக உன்னைத் துரத்திவிட்டுக்கதவைத் தாழ்ப்பாள் போட்டுக் கொண்டு என் உயிரைக் காத்துக் கொள்கிறேனா? ஐயோ, சித்ரவதையே! இதைவிட நீ இறந்துபோய்- உன் சடலத்தை அனுப்பிவிட்டுத் தாள் போட்டால் எவ்வளவோ நிம்மதியாக இருக்கும் ! இதற்குத் தான் என் மேல் அவ்வளவு

பாசம் வைத்திருந்தாயா?" என்று குலுங்கக் குலுங்க அழுது கொண்டு மாடிக்குப் போனான் விசுவம்.

இரவுப் பொழுது சிவராத்திரியாக இருந்தது அவனுக்கு. இமை கொட்டாமல் குழந்தையைப் பார்த்தான். ஆமாம் கல்யாணியின் முகம்தான்; நினைவுக்குக் கொஞ்சம் வைத்து விட்டுப் போயிருக்கிறாள்!

எங்கோ கோழி கூவியது.

ஓ ! பொழுது விடிகிறதா! விடியட்டும். லக்ஷ்மீகரமாக வீடு விளங்க ஒரு லக்ஷ்மி வரப் போகிறாளாக்கும் ! வரட்டும்! ஒருவருக்கொருவர் என்ன பேசிக் கொண்டார்களோ- கடிதத்தில், யாருக்குத் தெரியும் ?'

'லக்ஷ்மி!'

'பெயர் அழகு ; பெண் அழகு; குணம் குரூபம் ! என் கல்யாணியை வீடுவிட்டு ஓடும்படி செய்த கோரமான குரூபம்? கல்யாணி! வீட்டை விட்டு வேண்டுமானால் உன்னால் ஓடிவிட முடிந்தது- லக்ஷ்மிக்கும் துரத்த முடிந்தது; எங்கே, என் மனத்தைவிட்டு, ஓடு பார்ப்போம் ! இல்லை - லக்ஷ்மியாமே, அவளால்தான் என் மனத்திலிருந்து அவளைத் துரத்த முடியுமா?'

இவ்வித எண்ணங்கள் தீவிர கதியில் சுழன்றன அவன் நெஞ்சில்!

மனம் தெளியும் சமயத்தில், "அக்கா!" என்றுப் பதறிப் பயந்து கொண்டு மாடி அறைக்குள் விரைந்தாள் லக்ஷ்மி.

உதறிக் கொண்டு எழுந்தான் விசுவம்.

"அக்கா எங்கே ? போய்விட்டாளா ஊருக்கு" என்று படபடத்தாள் லக்ஷ்மி.

"போய் விட்டாள் " என்று நிதானமாகப் பதில் சொன்னான் விசுவம்.

பொன் மனமுள்ள பூவை

அன்றுதான் ஸுஜாதை தனது கோரிக்கையை நிறைவேற்றிக் கொடுத்த- அவளது குறையைத் தீர்த்து வைத்த- குலதெய்வத்திற்குப் பால் நிவேதனம் செய்ய விருந்த பொன்னாள்.

அன்றைய பாலுக்காகவும், ருசிக்காகவும், தூய்மைக்காகவுமென்று ஒரு மாதத்திற்கு முன்பிருந்தே அருகம்புற் களும், அருவித் தண்ணீரும், சுத்தமான அன்னமும் உணவாகக் கொடுத்துப் பேணி வந்தாள் ஆறு பசுக்களை.

அவள் வைத்திருந்த நியமப்படி அன்றுடன் முப்பது நாட்கள் முடிந்துவிட்டன. ஸுஜாதையின் மகிழ்ச்சிக்கும் உற்சாகத்திற்கும் அளவில்லை! நித்திய தரித்திரன் புதையலைக் கண்டெடுத்தது போன்ற பேரானந்தப் பெருக்கோடு, பக்தியும் சிரத்தையுமாக அன்று பிரார்த்தனை செலுத்துவதற்காக, அதிகாலையில் எழுந்து மங்கல நீராடி, மடியுடுத்திப் பசுக்களை யும் நீராட்டி, பூஜித்து, அதன்பிறகு கன்றுகளை அவிழ்த்து விட்டாள் !

தாயிடம் பாலருந்தும் ஆவலுடன் கன்றுகள் துள்ளியோடும் காட்சியைக் கண்டு மகிழ்ந்து நின்றாள். அவள் மனம் சந்தோஷத்தால் துள்ளியது ! சின்னஞ் சிறு கன்றுகள்! பாலூட்ட அவை படும் அவசரமும், முட்டிமுட்டி அருந்தும் ஆவலும் பார்த்துப் பரவசமுற்றவளாக, 'என் அருமைக் குழந்தையைப் போல இவைகளும் குழந்தைதானே ! கோமாதாக்களே ஏனிப்படி என்னை முறைத்துப் பார்க்கிறீர்கள்? உங்கள் கன்றுகளுக்கு வயிறு நிறைய அமுதூட்டும் வரையில் நான் காத்திருப்பேன் ! எங்கே அவற்றை இழுத்துக் கட்டி விட்டு

நான் பாலைக் கரந்து விடுவேனோ என்று அஞ்சாதீர்கள்' என்று வாய்விட்டே கூறினாள் ஸுஜாதை!

பசுக்களை அருமையோடு தடவிக்கொடுத்தாள். கன்றுகளின் வயிறுநிரம்பி அவைகள் தாமாக விலகிய பிறகு செம்பை எடுத்துக் கொண்டு வந்து பாலைக் கரந்து பக்குவமாகக் காய்ச்சி, வாசனைக் கலவைகளைக் கூட்டி பரிமள முண்டாக்கி, பொற்கிண்ணத்தில் வார்த்து வைத்தாள். பிறகு தனது குழந்தைக்கு நீராட்டி அலங்காரம் செய்து குழந்தையையும், பாற்கிண்ணத்தையும் எடுத்துக் கொண்டு குலதெய்வத்தின் கோயிலுக்குப் புறப்படும் உத்தேசத்துடன் அடியெடுத்து வைக்கும் போது அவளுடைய இடது கண்ணும், குழந்தையை அணைத்திருந்த இடது தோளும் துடித்தன !

ஸுஜாதைக்கு மெய் சிலிர்த்தது. "பகவானே, என்ன கட்டளை யிடுகிறீர்? இன்னும் பல சௌகரியங்களை இந்த எளியவளுக்குக் கொடுத்தருளும்! யாவும் உமது கருணை !" என்று சற்று நின்று பார்த்து விட்டுப் புறப்பாட்டாள் ! பாதி தூரமும் வந்துவிட்டாள். அப்போது கோயிலைத் தூய்மைப் படுத்தி கோலமிட்டு வர அனுப்பியிருந்த அவளது பணிப் பெண்ணான ராதை என்பவள் எதிரில் வந்து கொண்டிருந்தவள் ஸுஜாதையைக் கண்டதும் ஓட்டமும் நடையுமாக அருகில் வந்து, "தாயே இங்கே வந்து பாருங்கள் - ஒரு அதிசயம் !" என்றாள் கண்கள் ஆச்சரியத்தால் மலர.

தாதியின் படபடப்பையும், பரவசத்தையும் கண்டு ஒரு கணம் திகைத்து நின்றுவிட்டு, "என்னடி இது? கோயிலுக்குப் போகிறபோது, குறுக்கேவந்து, 'இங்கே வா, அங்கே வா, என்கிறாயே' புத்தியைப் பார்! போ, நட..." என்று கோயிலுக்குப் புறப்பட்ட ஸுஜாதையிடம் "வந்து பாருங்களேன், கோவிலிலுள்ள மூர்த்தியை விட சக்தி படைத்த தெய்வாம்சமாக ஒரு தேவன் இதோ இந்த மரத்தடியில் அமர்ந்திருக்கிறார்! என்ன அருளொளி வீசும் முகம், என்ன தேஜோமய வடிவம் தெரியுமா ?" என்று கூறி

பக்தி மேலீட்டால் அந்தத் திக்கை நோக்கிக் கைகூப்பி வணங்கும் ராதையைப் பார்த்தாள் ஸுஜாதை.

அவள் மனத்தில் சிரத்தை பிறந்தது; ராதை காட்டிய திசையை நோக்கி நடந்தாள். பத்தடி வந்ததுமே, சற்று தூரத்திலிருந்த அரசமரத்தடியில் பதுமாசனமிட்டு அமர்ந்திருந்த திவ்விய தவ வடிவைக் கண்டு பிரமித்து நின்றாள். பிறகு மெல்ல நடந்து அருகில் சென்றாள். ஞான ஒளி வீசும் போதி நாதனைக் கண்டு மெய்மறந்தவளாக, வணங்கி எழுந்தாள். "பகவானே இதென்ன விந்தை, மானிட உருவிலே எனக்குக் குலதெய்வம் எதிர்படுகிறதா!.."

இன்னும் சற்று அருகில் வந்து கவனித்துப் பார்த்தாள். அவளுக்கு உண்மை புலனாயிற்று! ஆம்; மானிடப் பிறவி யிலே மகான் ஆகியிருக்கும் தவப்பெரியார்! தவத்தீயாலும் ஆகாரமில்லாததாலும் தேகம் சுட்கித்துப் போயிருக்கிறது! "பகவானே, இதோ இருக்கிறது அமிர்தம்". என்ற சொற்களைப் பணிவுடனும் பக்தியுடனும் வேண்டியது அவள் வாய்!

நினைவழிந்து, உடல் நடுங்க, கண்கள் நீரைச் சிந்த பிரம்மமாக நின்றாள் ஸுஜாதை. எவ்வளவு நேரம் அப்படி நின்றாளோ அவளுக்கே தெரியாது! தியானத்தினிறுதியில் சாவகாசமாக மலர்ந்தன புத்த தேவனுடைய அருள் விழிகள்.

கண் விழித்த விழிப்பின் முன்பு, முதன் முதலாக அவருடைய ஞானதிருஷ்டியின் பார்வையில் அன்பே உருவான தாய் போல எதிரில் நின்றாள் ஸுஜாதை.

இடுப்பில் குழந்தை, கையில் அமுத கலசம், முகத்தில் பக்திப் பரவசம், ஆகிய மூவகைக் குளிர்மைகளுடன் தன் எதிரில் நிற்கும் அந்த ஸ்ரீதேவியைப் பிரசன்ன முகத்துடன் பார்த்தார் தேவன்.

ஸுஜாதை நினைவு பெற்றவளாக, பால் நிரம்பிய பொற் கிண்ணத்தை அவர் முன்பு வைத்து, பச்சிளங் குழவியையும் அவர் முன்பு கீழே கடத்தினாள். அவரை வலம் வந்து

வணங்கினாள். கூப்பிய கைகளுடன் "தேவா, அடியவளால் தேவதா ஆராதனைக்கென்று சித்தப்படுத்தப்பட்ட இந்த அமிர்தத்தைத் தாங்கள் கிரகித்துக் கொண்டு என்னை ஆசீர்வதிக்க வேண்டும்" என்று பணிவுடன் வேண்டினாள்.

போதிசத்துவனுக்கு அப்போது தான் தேகப்பிரக்ஞை வந்திருந்தது. உள்ளே முற்றிலும் பசையற்று விட்டதால் அவருடைய பிராணசக்தி, ஜீவாதாரத்திற்கு வழிதேடியது. ஓர் அபூர்வ திருப்தியுடன் வாய் திறவாமல், கிண்ணத்தைக் கையிலெடுத்து ஏந்தி மெல்ல அருந்தலானார்.

வயிறு நனைந்தது! நெஞ்சில் அருள் நிறைந்தது! பகவானுக்குப் பரிபூர்ணமான ஆன்மீக மலர்வு உண்டாயிற்று. புத்தம் புதிய தொரு தெய்வீக ப்ரக்ஞை உதித்து தன்முன் காண்பவை யாவும் கருணை நிரம்பிய ரூபங்களாகத் தென்படுவதை உணர்ந்தார் தேவன்.

பார்க்கப் பார்க்கத் தெவிட்டா திருந்த அந்த ஞான மூர்த்தியை நின்று பார்த்துக் கொண்டேயிருந்தாள் ஸுஜாதை. "அம்மா, அமுதளித்து என் உடலுக்கு உயிர் தந்தாய். ஊக்கமும் தந்தாய். நான் போதமடைந்தேன். தயாரூபிணியான நீ வேண்டுவது யாது?" என்று அன்றுகிக் கேட்டார் தேவன்.

ஸுஜாதை பேச ஆரம்பித்தாள். பணிவு நிரம்பிய குரலில், கூப்பிய கரங்களுடன், "தேவா, ஏழையின் மனது மிகச் சிறிது ! வசந்தகாலத் தென்றலாக எனதில்லம் இன்று பரிமளித்துக் கொண்டிருக்கிறது! அதிகாலையிலெழுந்து கணவனைத் தொழுது, நீராடி, துளசிபூஜை செய்துவிட்டு, பிறகு அமுது தயாரித்து கணவனுக்கும், விருந்தினருக்கும் உணவு இட்டு உபசரித்து, கணவருக்குப் பணி புரிவதே போதிய பலன்தரும் என்று நம்புகிறேன். இதே பதிபக்தியும், தரும சிந்தனையும், இல்வாழ்வும் நீடித்து, என் பதியும், இதோவிருக்கும் குழந்தையும் நீடூழி வாழ அருள் புரியுங்கள்; அதுவே எனக்குப் போதும் " என்றாள்.

போதி சத்துவனுடைய முகம் மலர்ந்தது. யோசனையுடன், "உத்தமியே உனது வாழ்க்கைக்கு சாந்தி தர இவை மட்டும் போதுமா உனக்கு ? உன் விருப்பப்படியே உனது குழந்தை, இல்வாழ்வு சுகமாக இருக்கட்டும். சர்வசக்தி படைத்த தேவனல்லன் நான். நீ அமுதளித்து உயிர்ப் பித்த மானிடன்தான்!

நன்மனதுடையவளே ! கேள் ! ஒரு காலத்தில் நீ வர்ணிக்கும் இந்த சுக வாழ்வில் ஒன்றியிருந்தவன் நான். இப்போதோ இவை யாவும் ஸ்திரமற்றது, மாயும் தன்மை படைத்தது என்று உணர்ந்து சாசுவதமானது எது என்று ஆராய்ந்தறியவே இல்லம் துறந்து வந்தேன். மானிட குலத்தின் அஞ்ஞான விருத்திகளை அழித்து, அவர்களுடைய சோகங்களுக்கு நிவாரணம் காணவே பாடுபட முன் வந்து விட்டேன். எப்படியும் அதைக்கண்டு பிடித்தே தீருவது என்று வந்த என் உடல் இடைநடுவில் ஒதுங்கி உட்கார்ந்தது. இதோ நீ அன்பையும் அமுதையும் அளித்து எழுப்பிவிட்டாய்! இனி சோர்வடைய மாட்டேன்." என்றார்.

"ஆண்டவனே, ஏதேதோ துதிசெய்கிறீர்கள். அடியாள் அவ்வளவுக்குத் தகுதி உடையவளல்லள். ஏதோ பெரியோர்கள் ஏற்படுத்தியிருக்கும் ஆசாரவழியில் கண் மூடித்தனமாக -அது நன்மையைத்தான் தரும் என்ற நம்பிக்கையில்- பின்பற்றி வருகிறேன்! இப்படியே என் வாழ்நாள் நீடித்து, என் பதிக்கு முன்பாக, இப்பாலகன் பெரியவனானதும் இவன் கைத்தீயால் மேலுலகம் அடைய வேண்டிய பிரார்த்தனை ஒன்றுக்குத் தான் ஆசைப்படுகிறேன்! மற்றதொன்று மறி யேன் பகவானே!" என்று அடக்கமாகவும், உண்மை யுணர்ச்சியுடனும் மெல்ல மொழிந்தாள் ஸுஜாதை.

போதிநாதன் உள்ளம் குளிர அவளை ஆசீர்வதித்து கபடமறியாதவளே, உனது 'சிறிய அறிவு ' என்று நீ கூறும் இந்த மனப்பண்பில் பெரியோர்களும் அறியத் தக்க நீதி இருக்கிறது! அதாவது உள்ளதைக் கொண்டு நிறைவு பெறும் பொன் போன்ற மனம்! கடமையையும், நன்மை யையும் அளவாகத்

தெரிந்து கொண்டு சிரத்தையுடன் அவற்றைக் கடைபிடித்து வரும் நீ அவற்றிற்குரிய நற்பயனை அடைவாய். போய் வா அம்மா'' என்று கூறிக் கையெடுத்து அவளையும், அவளது பாலகனையும் ஆசீர்வதித்தார்.

பனி விலகியது

விடிவிளக்கின் மங்கிய வெளிச்சத்தில் தன் நினைவற்றுப் பாயில் சுருண்டு படுத்திருந்த குழந்தை சீனுவையே பார்த்துக் கொண்டு உட்கார்ந்திருந்தாள் பார்வதி. ஜுரம் அதிகரித்துக் கொண்டிருப்பதைக் குழந்தையின் முகத்தில் படரும் செம்மையும், திணறலும் எடுத்துக்காட்டின.

போர்வைக்குள் கைவிட்டு உடம்பைத் தொட்டுப் பார்த்தாள் பார்வதி. "சீனு, சீனு" என்று முகத்தருகில் குனிந்து கூப்பிட்டாள், கண்களைத் திறக்காமலே, அரை குறை நினைவுடன் "ஊம்" என்றான் சீனு.

"தலையை வலிக்கிறதாப்பா ?"

"ஊம்."

"உடம்பை என்ன பண்ணுகிறது உனக்கு?"

"தூத்தம்!"

"என்ன தூத்தமோ, என்ன தாகமோ, என் வயிற்றைக் கலக்குகிறதேடாப்பா..." என்ற முனகலுடன் அருகிலிருந்த வெந்நீரை எடுத்து "இந்தா, சீனு" என்றாள்.

"ஊம்..."

"தூத்தம் கேட்டியே இந்தா."

பதிலில்லை, நினைவு தவறிவிட்டது என்பதை உணர்ந்து கொண்ட பார்வதியின் வயிற்றில் 'சொரேர்' என்றது! அழுத்திப் பிசைந்து கொண்டாள் வயிற்றை! போன வருஷம் இதே

நாட்களில், இந்த குளிர் ஜுரம் கண்டு 'தாகம், தாகம்' என்று நீரைக் குடித்து, குடித்து, ஜன்னி பிறந்து கணவன் உயிரைக் கொண்டு போய் விட்டதை எண்ணி நடுங்கினாள்.

கையிலிருந்த டம்ளரைக் கீழே வைத்துவிட்டு, குழந்தை மீது சாய்ந்து, கட்டியணைத்துக்கொண்டு, "சீனு... சீனுக் கண்ணு..." என்று முகத்தோடு முகம் பதித்துக் கொண்டு அழைத்தாள்.

பேச்சில்லை!

'அடே, என் தங்கமே, நீகூட உங்கப்பா மாதிரி என்னைக் கைவிட்டுப் போறியாடா?' என்று ஓலமிட்டு அலரியது அவள் நெஞ்சம்! பெற்ற வயிறு துடித்தது! குழந்தையை விட்டு விட்டு நிமிர்ந்து கண் எதிரே நின்ற ஏழுமலையானின் திரு உருவைக் கூர்ந்து நோக்கினாள்! "அப்பனே, நீதாண்டா துணை. அவரைத்தான் அழைத்துக் கொண்டு விட்டாய். இந்த ஓர் ஆதாரத்தையாவது நிறுத்திவை. மலை போல வந்த வினையைப் பனிபோல விலக்கி விடும் கோவிந்தா-நீ கொடுத்த பிச்சை, இதற்கு உயிரைக் கொடு. நான் அநாதை, வைத்தியம் பார்க்கக்கூட வக்கில்லாத பாபி... நீதான் வைத்தியனாகி, குலதெய்வமாகி என் குழந்தையைக் காப்பாற்று. பிச்சையெடுத்துக் கொண்டு உன் சந்நிதிக்கு வந்து..."

"பாரு" என்று கூப்பிட்டுக் கொண்டே உள்ளே வந்த சுகந்தி, நெஞ்சிழந்து, கண்ணீர் சோர பார்வதி இறைவனிடம் இறைஞ்சும் கோலம் கண்டு துணுக்குற்றவளாக, குழந்தையிடம் வந்து தொட்டுப் பார்த்துவிட்டு. "அம்மாடி, நூற்றைந்து டிகிரி இருக்கும் போலிருக்கிறதே, யாரிடம் காண்பிச்சே? மருந்து..." என்றாள்

"யாரிடமும் காண்பிக்கவில்லை!"

"ஏழுமலையான்தான் வைத்தியம். அவன் பேரைச் சொல்லி ஏதோ கஷாயம்..." என்று பார்வதி சொல்வதைக் கவனியாமல், "சீனு, சீனு," என்று அழைத்துப் பார்த்தாள் சுகந்தி.

மூச்சுப் பேச்சில்லை !

இருவரும் ஒருவரை யொருவர் பார்த்துக் கொண்டார்கள்.

"என்ன பாரு, இவ்வளவுக்கு முற்ற விடலாமா? அத்தைக்குத் தெரியுமோ இந்த சமாசாரம்?"

"தெரியும், ரோசத்தை விட்டு, மானத்தை விட்டு, வைராக்கியத்தையும் விட்டு, சபதத்தையும் மறந்து குழந்தை பிழைத்தால் போதும்னு நேற்றுப் பக்கத்து வீட்டு வாசுவை அனுப்பிப் பணம் கேட்டேன். சாமா, வீட்டிலில்லை, வரட்டும் என்றாளாம் உன் அத்தை ! நேற்றுக் காலையிலிருந்து இன்னும் சாமா வரவில்லை வீட்டுக்கு...வந்து தானே யோசனை பண்ணி முடிவு பண்ணி, இரும்புப் பெட்டியைத் திறந்து, பணத்தை யெடுத்து, ஒரு தடவைக்கு ரெண்டு தடவையாக எண்ணி..."

பார்வதி வயிற்றெரிச்சலின் அளவைக் கணித்து அறிந்து கொண்டாள் சுகந்தி.

"அது சரி, நீ எனக்குச் சொல்லியனுப்புவதற்கென்ன? நான் இருக்கிறதே நினைவில்லையா உனக்கு ?"

"உபயோகமேயில்லை சுகந்தி, அவர்கள் பணம் தரவே போகிறதில்லை, என் நிமித்தம் உனக்கும் அவர்களுக்கும் வீணாக மனஸ்தாபம் ஏற்படும். பேசாமலிரு. ஆயுசு இருந்தால் பிழைக்கட்டும்...'

"அப்படி யெல்லாம் பேசாதே, நான் போய் கேட்டுட்டு வரேன்..." என்று கிளம்பினாள் சுகந்தி.

பார்வதி பரப்பிரம்மமாக உட்கார்ந்திருந்தாள்! சாப்பாடாகி, படுக்கைக்குச் செல்லும் வீட்டுக்கார அம்மாள், மாடிப்படி ஏறப்போனவள், பார்வதியைப் பார்த்து விட்டு. "குழந்தைக்கு எப்படி இருக்கு பாரு, ஜுரம் விட்டிருக்கா ?" என்று கேட்டாள்.

"அப்படித்தான் இருக்கு மாமி. சாயந்திரத்திலிருந்து கண்ணையே திறக்க மாட்டேங்கறான், கூப்பிட்டாலும் பேசலே ...ஓர் உபகாரம் பண்ணுகிறேளா..."

"என்ன செய்யணும், டாக்டரைக் கூப்பிட்டுக் கொண்டு வரச்சொல்லணுமா?''

"டாக்டரையும் கூட்டிண்டு வரணும், அதோடு இந்தச் சமயம், பண ஒத்தாசையும் நீங்கள்தான் பண்ணணும். முப்பது ரூபா கொடுங்கோ, உங்கள் தருமத்திலே குழந்தை பிழைச்சு எழுந்திருக்கட்டும்? எங்கேயாவது அடிமையா உழைச்சு உங்கள் பணத்தைக் கொடுத்துடறேன் மாமி..."

"தலையிலெழுத்தா உனக்கு? மலை மலையாய்க் களஞ்சியம் நிற்கிற வீட்டில் புகுந்துவிட்டு அடிமை வேலை ஏண்டி செய்யணும்?'' என்று சொல்லிக் கொண்டே அருகில் வந்து குனிந்து பார்த்தாள் குழந்தையை. கூப்பிட்டும் பார்த்தாள். தனக்குள் முடிவையும் நிச்சயித்துக் கொண்டவளாக, ''நான் சொல்வதைக் கேளு பாரு, குழந்தையை எடுத்துத் தோளில் சாத்திக்கொண்டு விடுவிடுன்னு போ, குழந்தைக்கு வைத்தியம் பார்க்கிறாளா, இல்லைன்னுதான் தெரிஞ்சுக்குவமே.''

"நான் இங்கேயிருந்துபோய், குழந்தை அவா கவனத்திற்குப் பாத்திரமாக்கிறதற்குள்ளே குழந்தைக்கு நெஞ்சுக் குழிக்கு வந்துவிடும் பிராணன்; அப்புறம் வைத்தியம் என்ன? அங்கே போய் அவர்கள் கண்முன் வாரிவிடுவதைவிட, கண் மறைவாக இங்கேயே வாரி..."

"அசடுமாதிரி உளராதே பாரு... குழந்தைகளுக்குச் சீக்கு வராமயே இருக்குமா?"

"அந்தப் படுபாவிகள் மசிய மாட்டா மாமி, அநியாயமாக என் குழந்தை போயிடும். எப்படியாவது, எப்பாடு பட்டா வது உங்கள் பணத்தைக் கொடுத்துடறேன்...... யோசனை பண்ணாதேங்கோ மாமி"

"இருந்தால் ஒருதரம் கேட்டதும் கொடுத்துடமாட்டேனா பாரு... இருந்ததையெல்லாம் சேர்த்துப் போட்டு நேத்திக்கித் தானே வரி கட்டினேன், என்ன பண்றது...?"

இவ்விதம் தர்ம உபதேசம் செய்துவிட்டுப் போனாள் அந்த அம்மாள் !

பாருவின் நெஞ்சம் படபடத்தது! "அடடா! என்ன உலகம். என்ன பணம் காசு, என்ன மனிதர்கள்! ஆயிரக் கணக்கில் புழங்கும் இடத்திலே, ஆயிரக் கணக்கில் சம்பாதிக்கிறவர்கள் கடன் கேட்டால் இருக்கும். சோத்துக்குத் திண்டாடுகிற பாரு கேட்டால் இருக்குமா? இருக்காதுதான்! என் கண்ணே, சீனுத் தங்கம், நீ வாயைத் திறந்து 'அம்மா'ன்னு கூப்பிட்டு மூணு நாளேச்சேடா ? மூஞ்சியைப் பிடிச்சுத் திருப்பித் திருப்பிப் பேசுவியே என்னப்பா... இல்லாத கொடுமையை உன் மேலே காட்டி, 'உன் வாய்தான் சித்தே அடைக்காதா, கண்தான் மூடாதா'ன்னு திட்டிக் கொட்டினேனே சண்டாளி... ஒரேடியா, கண்ணும், வாயும் மூடிண்டுட்டை யாடா? சீனு-என் சீனு-"

கேவினாள் பார்வதி!

விடிவிளக்கு எரிந்து கொண்டிருந்தது! மாடத்தில் ஸ்ரீனிவாஸப் பெருமான் பார்வதியின் -கேவி அலறும்- அழுகையையும், பாயில் குற்றுயிராகக் கிடக்கும் குழந்தையையும் கண்கொட்டாது பார்த்துக்கொண்டு நின்றார்!

"ஏண்டி சுகந்தி..."

"அது சரிதான் அத்தை, அவளுக்குக் கொடுக்க வேண்டியதை..."

"யாரு இல்லேங்கறா? பிள்ளையை சாகக் கொடுத்ததுக் துக்கத்தைக்கூடப் பாராட்டாமல், கிளிப்பிள்ளைக்குச் சொல்ற மாதிரி, தவாங்கட்டையைப் பிடிச்சுண்டு 'குடும்பத்துலேயே இருந்துண்டு ஒத்தும் போனால்தான் எல்லாத்துக்கும் நல்லது'ன்னு கெஞ்சினேண்டி. என் பேச்சு எடுபடலை அப்போ. இப்போ கஷ்டப்படறா...

"அவள் நன் கஷ்டப்பட்டு, திண்டாடி, பட்டினி கிடந்து சாகட்டும். அவளப் பத்திய கவலையில்லை இது. குழந்தை அபாயகரமான நிலையிலே சாகக்கிடக்கிறது; வைத்தியம்..."

"தெரியும்டீ, மலைமேலே மாடு மேஞ்சாலும் குட்டி கோனாருதுதாண்டி ! தோப்பனை அள்ளி முழுங்கிப்பிட்டு அத்தையா, பாட்டியா என்னு சொல்லுமா உலகத்திலே, அதுமாதிரி அத்தை, பாட்டி உறவையெல்லாம் அறுத்துண்டு, அநாதையாகக் கிடக்கிறதுன்னா என் வயிறு மட்டும் கொதிக்காதா.. கேக்கறேன்

ஆவேசத்தோடு உறுமினாள் லட்சுமிப் பாட்டி.

"யார் வயிறும் கொதிக்காமல் குளிர இருக்கணும்; உன் வம்சம் விளங்கணும்னுதான் இந்தப் பத்துமணி வேளையில் வந்து கதவைத்தட்டி கூப்பிட்டுச் சொல்ல வருகிறேன். கெடு பிடி, இப்பவே வைத்தியம் பார்த்தாகணும், அப்புறம் அழுதால் வருமா ? குழந்தையையும் போட்டுண்டு சந்திரமதி யாட்டமா அவள் தவிக்கிற தவிப்பு..."

"சந்திரமதியாட்டமா யாரு தவிக்கச் சொன்னா அவளை? ஒரு அக்கோடி சேனைன்னா இருக்கோம் ?"

"இருங்கோள் இருங்கோ, உன் பிள்ளை சினிமாவிலே இருந்து வந்ததும் பணத்தை வாங்கி வை. நான் வெடியகாலம் வருகிறேன் - 'பாரு பிள்ளைக்குக் காய்ச்சல்'னு ராதா வந்து சொன்னாள். பார்த்துவிட்டு வரலாம்னு போனேன். இந்தக் கதியிலே இருக்கு; சமைச்சு நாலு நாளாச்சாம்"

"இதெல்லாம் என் காதிலே போடாதே அவள் தலை யெழுத்து. பிள்ளைக் குழந்தை; சொத்து இருக்கு வரும், வாயிலே போட்டுக்கலாம்னு அண்ணனும் தம்பியும் வந்து அழைச்சுண்டு போனான்கள், நாங்கள் அவ்வளவு ஏமாளிகளா என்ன?"

"இந்தக்கதை இப்போது எதுக்கு அத்தை? வைத்தியம் பார்க்காமல் குழந்தையை அநியாயமாகச் சாகக் கொடுக் காதே ஆமாம். பணம் ரெடியா இருக்கட்டும் - நான் வறேன்" என்று கூறிவிட்டு விருட்டென்று எழுந்துவிட்டாள் சுகந்தி.

பார்வதியும், சுகந்தியும் இணைபிரியாத ஜோடி. பாலிய சிநேகம், உறவுப் பற்றுண்டு. இரண்டுவிதப் பிணைப்பு. பார்வதியை அவளுடைய மாமியாரும், தனது அத்தையுமான லட்சுமி படுத்திவைத்த பாடும் ஏழை வீட்டுப்பெண் என்று அவளை இளப்பம் செய்ததும், வேலைக்காரியின் ஸ்தானத்தில் அவளை வைத்து உதாசினம் செய்ததும் சுகந்திக்குத் தெரியும். புருஷன் என்று ஒருவன் இருக்கும் போதே அவர்கள் அந்தப் பாடுபடுத்திய போது, அவனும் போய்விட்ட பிறகு சும்மா விட்டுவிடுவார்களா - அதுவும் காளை போல இருந்த பிள்ளை இரண்டு நாள் ஜுரத்தில் மாண்டு கிடந்ததைப் பார்வதியின் துரதிருஷ்டத்தைச் சாக்கிட்டு என்னவெல்லாம் பேசி எப்படிப்பட்ட வேதனைக்கு ஆளாக்குவார்கள்?

இதை நினைத்துத்தான், பார்வதியின் சகோதரர்கள் அவளை அழைத்துச் சென்றார்கள். அண்ணனும், தம்பியும் கூடப் பிறந்தவர்களே தவிர, அவர்களுடைய மனைவிகள்?

யாரையும் துன்புறுத்த மனமில்லாமல், தன் கஷ்டத்தைத் தானே அனுபவித்துக் கொள்ளலாம் என்று, தன் மீது இருந்த உடைமைகளை விற்று, தையல் கற்றுக்கொண்டு பிழைப்பை நடத்திக் கொள்ளத் துணிந்து தனியாக வந்து விட்டாள் பார்வதி.

இளம் பிராயம். தன் மீது அபவாதம் சாரக்கூடாது என்று அடுத்த தெருவில், கணவன் வீட்டார்கள் நடமாடும் தெருவிலேயே குடியிருந்தாள் பார்வதி. மூன்று வயது நிரம்பிய குழந்தையை வைத்துக்கொண்டு, அவனுடைய வளர்ச்சியில் பொழுதைப் போக்கி, அவன் வளர்ந்து ஆளான பின்பு அந்த நிழலில் இளைப்பாற்றிக்கொள்ளலாம் என்று

நம்பி, அந்த ஊக்கத்தில் அயராது உழைத்த பார்வதியின் பாவத்தில் கை வைத்ததே விதி!

இதைத்தான் இரவு பூராவும் எண்ணி எண்ணி மாய்ந்துத் தூக்கமில்லாமல் புரண்டு கொண்டு கடிகாரத்தை நிமிர்ந்து நிமிர்ந்துப் பார்த்துப் பொழுதை விரட்டிவிட்டு, விடியற்காலம் எழுந்து பல்தேய்த்து, காபி போட்டு கணவனுக்குக் கொடுத்து விட்டு அத்தையின் வீட்டுக்குப் போகத் திரும்பியவள், குழந்தையைப் பார்க்கும் ஆவலில் பார்வதியின் வீட்டுக்கு ஓடிவந்தாள்! வரும்போதே "என்னமாக இருக்கு பாரு ?...' என்ற கேள்வியோடுதான் வந்தாள் சுகந்தி.

பார்வதி வெறித்த பார்வையுடன் நாவடைத்துப் போய் ஒடுங்கி உட்கார்ந்திருப்பதைக் கண்டு, குழந்தையைத் தொட்டுப் பார்த்தாள்... கை கால்களும், உச்சியும் ஜில்லிட்டிருந்தன! சூடு தணிந்து மூச்சு லேசாக வந்து கொண்டிருந்தது!

"போய் டாக்டரைக் கூட்டிண்டு வரச் சொல்றேன். பாவி, நான் ஊரிலில்லாமல் ஒழிஞ்சு போய் விட்டேனடி சமயத்திற்கு..." என்று புலம்பிக் கொண்டு எழுந்து ஓடினாள் சுகந்தி.

அடுத்த பதினைந்து நிமிடங்களுக்குள், சுகந்தியின் கணவனும்,டாக்டரும் உள்ளே வந்தார்கள். குழந்தையைப் பரி சோதித்த டாக்டர் மௌனமாக வெளியே வந்தார்

சுகந்தியும், அவள் கணவரும் தொடர்ந்தார்கள்! கார் வரையில் டாக்டருடன் சென்றவர், அவர் கூறிய செய்தியோடு தொங்கிய முகமும் தானுமாகத் திரும்பி வந்த கணவரிடம் ஆவலாக, "என்ன சொல்லுகிறார் டாக்டர், ஆஸ்பத்திரியில் அட்மிட் பண்ணச் சொல்லுகிறாரா?" என்று பீதியுடன் கேட்டாள்.

"அந்த நிலைமையைத் தாண்டியாகிவிட்டது சுகந்தி; 'கடைசி நேரத்தில் வந்து கூப்பிட்டால் என்ன செய்கிறது' என்கிறார்.

இவ்வளவு வரைக்குமா சும்மா இருப்பாள் ஒருத்தி ? இப்போது செய்த யோசனையை நேற்றே செய்திருந்தால்... '

பார்வதியின் சீரழிந்த அவல வாழ்வைப் பற்றிக் கணவனிடம் விளக்கிக் கூறிக் கொண்டிருக்கும் சமயமா அது

"அடி பாவி. தங்க விக்கிரகம் போல குழந்தை..." "போ...போ... உள்ளே போ, அவளிடம் போய் உளறி விடாதே சுகந்தி."

உள்ளே வரத் திரும்பியவள் இடைக் கழிக்கதவருகில் நின்ற பார்வதியைப் பார்த்து விட்டாள் சுகந்தி. அவள் முகம் விகாரமாக மாறியது!

"சுகந்தி. உங்கள் வீட்டுத் திண்ணையில் போட்டுக் கொள்ளலாமோ இல்லையோ ? இந்த வீட்டில் என் குழந்தை சாகவேண்டாமடி..."

'பாவி சொல்லாதே. மயிரிழையில் ஆயுசு தப்பிவிட்டால் ஆகாதா? குழந்தை உள்ளே ஒண்டியாக இருக்கான் உள்ளே வா....."

"இன்னும் சிறிது நேரத்தில் ஒண்டியாகத் தானேடி எரிச்சுட்டு வரப்போறோம்? மேலே நடக்கவேண்டியதைன்னா இப்போ கவனிக்கணும்?"

"உள்ளே வாயேன் முன்னாடி..."

"மாட்டேன். உள்ளே என்னவேலை ? நீ போய் குழந்தையை எடுத்துண்டுவா. உங்காத்துத் திண்ணையிலே போட்டுக்கலாமோல்லியோ?"

"அடிபாவி...என்னடி சொல்றே ?" என்று வீரிட்டபடி. லட்சுமிப் பாட்டி படியேறி வந்தாள்... பார்வதி மாமியாரை ஏற இறங்கப் பார்த்தாள், "மடியிலே என்னது பணம்தானே?" என்று கேட்டாள்...

"ஆமாம்: ஆத்துக்கு அழைச்சுண்டுவா, அப்படி அவள் வரமாட்டேன் என்றால் பணத்தைக் கொடு என்றான் சாமா... இப்பவாவது சொன்னத்தைக் கேளு. குழந்தையை எடுத்துண்டு வா வீட்டிற்கு..."

'பணத்தை என்னிடம் கொடுக்கச் சொன்னாரா உங்க பிள்ளை?"

"ஆமாம்."

"சரி, கொடுங்கோ அதை."

மாமியார் மடியிலிருந்த கத்தை நோட்டுகள் பார்வதியின் கைக்கு மாறின! அதை வெறித்துப் பார்த்தாள் பார்வதி. உள்ளே போயிருந்த சுகந்தி 'ஐயோ' என்று அலறிய சத்தம் கேட்டு "என்னடி பண்றே சுகந்தி, குழந்தையைச் சட்டுனு கொண்டுவா வெளியிலே..." மூர்த்தண்யமாகக் கத்தினாள் பார்வதி காட்டுக்கத்தலாக!

குழந்தையைத் துவளத் துவளத் தூக்கிக்கொண்டு வெளியே வந்தாள் சுகந்தி...

கையிலிருந்த நோட்டுக்களை இரண்டாக்கி, நாலாகக் கிழித்து மாமியாரின் கைகளை எடுத்து அதில் வைத்துக் கீழே சிந்த "இந்தாருங்கள் உங்கள் பணம்" என்று சொல்லிவிட்டு விர்ரென்று நடந்து சுகந்தியைத் தொடர்ந்தாள் பார்வதி.

ஓட்டமும் நடையுமாக வீட்டுக்கு விரைந்த சுகந்தி குழந்தையை ரேழித் திண்ணையில் படுக்கவைத்து விட்டு உள்ளே ஓடினாள். கணப்பும், நீலகிரித் தைலமும் கொணர்ந்தாள். தைலத்தை உடம்பெங்கிலும் தடவி, தவிட்டை வறுத்துக் கொடுத்து பார்வதியை ஒத்தச் சொன்னாள்.

"எதற்கடி இந்த வீண் பிரயாசை ? போன உசிரு வருமா..."

"இல்லேடி நெஞ்சுக்குழி தாழ்ந்து உசருகிறது பாரு நன்னா! மூச்சு இருக்கு. நான் ஓடிப்போய் ராமவாரியரைக் கூப்பிட்டுக் கொண்டு வறேன், குழந்தைக்குக் கண்டம் இருந்திருக்கிறது..."

வார்த்தையை முடிக்காமலே ராமவாரியர் வீட்டைப் பார்க்க ஓடினாள் சுகந்தி.

பார்வதி ஒத்தடம் கொடுத்தவாறு, "அப்பா, ஸ்ரீனிவாஸா அநாத ரட்சகா, ஆபத்பந்துவாக வந்து என் குழந்தை ஆயுசைக் கொடுடா கோவிந்தா. எனக்கு உன்னைத் தவிர யாருடா கதி?" என்று கை நடுங்க, நா நடுங்க பெருமாளை இரந்து வேண்டினாள் பார்வதி.

வயிற்றில் குடலே புரண்டு கொடுத்தது போன்ற வேதனை. தொண்டை காய்ந்து, அவன் மூச்சிலே அனல் பறந்தது! சில்லிட்ட உச்சி சூடுகண்டது, கை கால்களிலிருந்த குளிர்ச்சி நீங்கி, வெதவெதப்பு உண்டாயிற்று. மார்பிலே தைலத்தைத் தடவி முதுகிலே ஒத்தடம் கொடுக்கக் கொடுக்க குபுகுபுவென்று சூடு ஏறி உடல் சிலிர்த்தது குழந்தைக்கு.

"அம்மா, குளிர்றதும்மா..."

தொண்டை கம்மிய, கரகரப்பான ஈனக்குரல் பிறந்தது—சீனுவின் உயிர் தப்பியது என்ற அறிகுறி போல!

பார்வதிக்கு உடலும், உள்ளமும் பறவாகப் பறந்தது!

"குளிர்றதாடா தங்கம்? போத்தறேன், குளிர்போயிடும், உடம்பு நன்னா ஆயிடும்!" என்று கூறி போர்வையைப் போர்த்தி அணைத்துக்கொண்டாள் பார்வதி...

"கஞ்சி வேண்டாம், இட்லித்தான் தின்பேன்... மீண்டும் சீனுவின் தொண்டை கட்டிய குரல் கீச்சிட்டது. "ஓ! நெறைய, உடம்பு தேவலையாகட்டும். வேண இட்லி..."என்றாள் பார்வதி.

அவள் ஆயுளிலேயே அநுபவித்திராத ஓர் அபூர்வ நிம்மதியும், நிறைவும் ஏற்பட்டன அவளுக்கு !

அற்பவிஷயம்

மணி பத்து, பத்தரை இருக்கலாம். சீனுவின் வீட்டுத் திண்ணையில் மேளக்காரன் மங்களம் பாடிக் கொண்டிருந்தான்.

உள்ளே ஹாரத்தி எடுத்து மணையை விட்டு எழுந்த சீனுவின் குழந்தையை ஒருவர் கையிலிருந்து ஒருவர் வாங்கி கொஞ்சிக் குலாவிக் கொண்டிருந்தார்கள்.

சீனுவின் மனைவி, ஸ்திரீகள் எல்லோருக்கும் தாம்பூலம் கொடுத்துக் கொண்டே வந்தாள்.

"ஏண்டீ கௌரி, கடைசி வரைக்கும் வல்லே பாத்தியா ; உங்காத்தவா யாரும்?" என்று என்னக் குரலில் ரொம்ப அக்கறையோடு விசாரித்தாள் ஒருத்தி.

அவ்வளவுதான், கௌரியின் மனத்துக்குள்ளேயே கொந்தளித்துக் கொண்டிருந்த உணர்ச்சி 'புஸ்' என்று சீறி யெழுந்து விட்டது!

திடீரென்று அவள் கண்கள் 'மளமள' வென்று நீரைப் பெருக்கின. கண்ணீரால் குரல் கம்ம, "என்னமோ எது நமக்குச் சவரணையா நடக்கக் கொடுத்து வச்சிருந்தோம்; இது இல்லாதே போச்சு? பிடுங்கல் படுகிற ஜென்மத்திற்குப் பட்டுக் கொண்டேதானிருக்கணும் - இது ஒண்ணே வச்சுக் கோ! இல்லாட்டா. அவ்வளவு நிச்சயமா சொல்லிட்டுப் போன தாயார் ஏன் வராதே இருக்கா, சித்தே சொல்லு?" என்று சொல்லி விம்மினாள்.

"என்னமோடி அவாளுக்கு அங்கே என்ன அசௌ கரியமோ அதாருகண்டா? இல்லாட்டா வராதே இருப்பாளா என்ன ; இங்கத்திய சந்த மெல்லாம் தெரிஞ்சு கிடக்கறப்போ?"

"ஆமா, தெரிஞ்சு இவ பாழாப் போகல்லியா! வரத்தான் முடியல்லெ, ஒரு நூறோ, ஐம்பதோ பணத்தை வீசி எறிஞ்சுடப் படாது இவா மூஞ்சிலே-நாய்க்கு ரொட்டி எறியற மாதிரி ?"

"இவ ஒருத்தி எனக்கு ! பணம் தான் பிரதானமோ? பச்சுணு பெரிய சுமங்கலி. பந்தல்லெ நின்னு ஆரத்தி சுத்த இல்லாத போச்சு-"

"ஆமா, பெரிய சுமங்கலி வந்து ஆரத்தி எடுக்கல் லியேன்னுதான் இங்கே ரொம்பக் குறை- சீருன்னா முக்கியம் எனக்கு ?'"

"அதைச் சொல்லு முன்னாடி ! சீரு சீரு- சீர்ரதுதான் தெரியுமே, இப்ப இல்லாட்டி கொழந்தையெ வாசிக்க வைக்கணும், அப்போ சேத்து வச்சுச் செஞ்சிட்டுப் போறாள், என்ன மோசம்? வேலையைப் பாரு- என்னமோ இதுக்குப் பிரமாதப்படுத்தறே- அழுது புழிஞ்சிண்டு. கண்ணெத் துடைச்சுக்கோடி அசடே, நல்ல நாளுங் கிழமையுமா - அழகாயிருக்குப் போ ?"

இவைகளையெல்லாம் கேட்டுக் கொண்டே சீனுவின் தமக்கை மீனாக்ஷீ பக்கத்து அறையில் உட்கார்ந்திருந்தாள்.

அதை முன்பே கவனித்தும் திரம்ப இரகசியம் போலச் சின்ன குரலில் -ஆனால், மீனாக்ஷீயின் காதில் படும்படியாகப் பேசிய பின்பு சாவகாசமாக 'இந்த அறையில் மீனாக்ஷி இருக்கிறாள் இருக்கிறாள்' என்று ஜாடை காண்பித்தாள் சாவித்திரி, கௌரி மிகவும் அடங்கிய குரலில், "இருக்கட்டுமே, இருக்கிறது எனக்கும் தெரியும், சொல்லணும்னு தான் வயிற்றெரிச்சல் தீர!" என்றாள்

"நீயும் ஒண்ணும் லேசுப்பட்டவ இல்லே, ஆமா !" என்றாள் சாவித்திரி முண முண வென்ற குரலில்.

ஆத்திரத்தின் நடுவில் ஒரு சிரிப்பும் பிறந்தது கௌரியின் முகத்தில்.

அதற்குள், "அம்மாமி நாழியாச்சு எனக்கு, ஆத்துக்குப் போகணும்; வெத்திலை பாக்குக் கொடுங்கோ'" என்று ஒரு சிறு பெண் அவளை நெருங்கினாள்.

"ஏண்டி கௌரீ உங்க நாத்தனாரை எங்கே காணும் ? சொல்லிண்டு போகலாமின்னு தேடறேன் காணுமே?" என்றாள் சாவித்திரி நல்ல குரலில்.

"கொல்லைப் பக்கம் போயிருப்பா- சமையல் கட்டுலே போய்ப் பார்" என்றாள் கௌரியும் அவளுக்குச் சரியாக.

இந்த வார்த்தைகளும் மீனாக்ஷியின் செவிகளில் விழாமலில்லை. தான் அங்கு இருப்பது தெரிந்தும் கூட இம்மாதிரி ஒரு மனமறிந்த வஞ்சக நடிப்பைக் காண அவள் மனம் எங்கெங்கோ சென்று எதை எல்லாமோ சிந்தித்துப் பார்க்கலாயிற்று!

தன் குழந்தையை மடியில் வளர்த்திக் கொண்டு சிந்தித்தபடியே தன்னை மறந்தாள் மீனாக்ஷி.

"அம்மா, பாயஸத்துக்கு ஜவ்வரிசி, ஜீனி, முந்திரிப் பருப்பு - ஏலக்கா..." என்று சொல்லிக் கொண்டே அங்கே தோன்றினான் பரிசாரகன்.

அவன் குரல் கேட்டு நினைவடைந்தவளாக, குழந்தையை எடுத்துக் கீழே உட்கார்த்தி விட்டு, எழுந்து அவனுக்கு வேண்டியதை எடுத்துக் கொண்டிருந்தாள் மீனாக்ஷி.

அவளுடைய குரல் கேட்டு அங்கு வந்த சாவித்திரி, "எங்கேயெல்லாம் - கடைசிக்கட்டு வரைக்கும் போய்த் தேடிண்டுவரேன் உங்களை - இங்கேயா இருக்கிய!

ஆத்துக்குப் போய்ட்டு வரட்டுமா ?' என்று பவ்யமாகக் கேட்டாள்.

'மணி பதினொண்ணாகப் போறது, இலை போடப் போறா, போறதென்ன, வரதென்னடீ? இரு எல்லாம் சாப்பிட்டு விட்டுப் போகலாம்" என்றாள் மீனாக்ஷி.

"இல்லெக்கா, நான் போய்ட்டே வந்துடறேன்- இங்கே காத்துண்டிருக்கறத்தை ஆத்துக்குப் போனா ஏதாவது காரியமாவது ஆகும்......"

"ஆமா, காரியம் எங்கே ஓடிப்போறது? கௌரியோட சித்தைநாழி பேசிண்டிரேன், நிமிஷமா புருஷா சாப்பிட்டானதும் சாப்பிட, ஆத்துக்குப் போக! என்ன இப்போ!"

இதைச் சொல்லிக் கொண்டே சாவித்திரியின் முகத்தைக் கூர்மையாகக் கவனித்தாள் மீனாக்ஷி. எனக்கும் தெரியும் உங்கள் வேலைத்தனமெல்லாம் என்ற பாவனையாக!

சாவித்திரியின் முகம் சுண்டிப் போய்விட்டது. ஆனால் அவள் வாயடைத்துப்போய் நின்றாளில்லை. சமத்காரமாகத் தன்னைச் சமாளித்துக் கொண்டு, "நன்னாயிருக்குக் கௌரி யோடே பேசற சமயம் நொடிக்கு நூறுதரம் அகமுடையான் அவளைக் கூப்பிட்டுக்கிண்டே இருக்கான்." என்றாள்.

"அவன் கிடக்கான், மகா பெரிய மனுஷன் பாரு; போடி கிடக்கு வேலைக்காரிகளா" என்று ஸ்வாதீனமாக-ஆனால் -சுருக்கென்று சொல்லி விட்டு, அவசரக் காரியமாக அங்கிருந்து போய்விட்டாள் மீனா.

அன்று பகலில் சாஸ்திரோக்தமாகப் புரோகிதர்கள் பிராம்மண, சுமங்கலிகள் சாப்பாடாகி விட்டது.

இரவு தான் ஆபீஸ் நண்பர்களுக்கென்று டின்னர் ஏற்பாடு செய்திருந்தான் சீனு.

அந்த ஆர்ப்பாட்டங்கள் நடந்து முடிய நிசி நேரம் சமீபித்து விட்டது.

வாசலிலிருந்து கொல்லைக் கோடி வரையில் பாத்திரமும், பண்டமும் இரைந்து கிடந்தன.

கடைசிக்கட்டில், வேலைக்காரிகள் தேய்த்து வைத்திருந்த பாத்திரங்களை அலம்பிக் கொண்டிருந்தாள் மீனாக்ஷி.

"ஏனக்கா, இதுக்கெல்லாம் இப்போ என்ன அவசரம் இராக்கண் முழிச்சிண்டு ?"

"எப்ப இருந்தாலும் ஆகவேண்டியது தானே?"

"போது விடிஞ்சு ஆகலாமே இதெல்லாம் ?இன்னும் நீ வேறே படுக்கை போடப்பார்க்காதே."

"கௌரி போட்டுட்டாளோ ?"" என்றாள் சட்டென்று.

'ஆமாம், சனியன் போது, விடிந்தால்......'

"என்னமோ பூஞ்சை உடம்பு - சித்த அலைஞ்சது ஆகல்லே. அது இருக்கட்டும்; சீனு, இப்போதைக்கி இதை விட்டு உன்னை மாத்த மாட்டாளேடா ?""

"ஏன், என்ன விஷயம்?" என்று ஆவலோடு கேட்டான் சீனு.

ஒண்ணுமில்லே, இன்னும் கொஞ்சநாள் இங்கேயே இருந்தயானால் நிச்சயமா குடித்தனம் இரண்டுதான்-" என்று, அன்று பகலில் நடந்த கதையைச் சொல்லிவிட்டு...

"வீடு இரண்டுபட்டால் கூத்தாடிக்கு எளிது என்று சொல்லுவா, அப்படிப் போல கௌரிக்கு இன்னும் இதெல்லாம் தெரியக் காணோம். நாற்பது வயசுக்காரியை இந்தக் குட்டிகள் அப்படியே முழுங்கிடப் பாக்கறா! குடித்தனம் யாரோடது ?" என்றாள்

"இந்தப் பொம்மனாட்டிகளுக்குப் போதே போகாதா அக்கா, பிறத்தியார் பேச்சைப் பேசாவிட்டால்?"

" அது கிடக்கு சனி, ஏதோ பெரியவாளுடைய புண்ணியம், ஒரு துளி ஞானமிருக்கக் கண்டு காலம் தள்ளிக் கொண்டு வறேன்! ஏதோ தலைச்சன் குழந்தை - அதுவும் புள்ளைக் குழந்தையா இருக்கே, புடவை, வேஷ்டி வாங்காதே என்ன ஆயுஷ்ஹோமம்னு வாங்கிண்டு வான்னேன் உன்னை. பணம் முடை எனக்கு மட்டும் தெரியாதா - நாளைக்கு வரும் பணம்-காரியம் வருமோ? நான் சகஜமா நினைச்சுச் செஞ்ச காரியம் அவளுக்குக் குத்தமா பட்டுப் போச்சு ! அவா பிறந்தாத்தவா செய்ய வரல்லேன்னு அதை நான் செஞ்சி, இடிச்சுக் காமிக்கறாப்பலே பண்ணி விட்டேனாம்!"

"சொன்னாளா அவ அப்படி?'

"சொல்லணுமா, அவ்வளவு சூசனை இல்லாத போச்சா எனக்கு ? மூஞ்சி சொல்றதே மனசுலே இருக்கறதை ? அது போயிட்டுப் போறது. இது அற்ப விஷயம். நாளைக்கு இது பெரிய இடியா சம்பவிக்காதே, நாம் ஜாக்கிறதையா இருக்கணும் சீனு."

சீனு இடி இடி என்று சிரித்தான்!

பிறகு சாவதானமாக, "அக்கா, நீ கெட்டிக்காரி. ஆனால், இதைவிட்டுப் போய்ட்டால் சரியாகிவிடும் என்கிறாய் பார்; அது தான் இல்லை! உலகம் பூரா ஒரே-ஸ்திரீ மயம் ஜகத், விஷமம் மயம் ஜகத், வம்பு மயம் ஜகத்துத்தான்! ஏதோ நம் வீடு சத்தமில்லாதே இருந்ததென்று சந்தோஷப்பட்டேன். ஆரம்பமாகி விட்டதா? சந்தோஷம் ! குழந்தையின் ஆண்டு நிறைவு, இன்னிக்கு - நினைவிலே மாறாதபடி இருக்கும் எனக்கு இது " என்றான்.

அவன் நினைவு 'கிர்'ரென்று சுழல ஆரம்பித்தது அன்றே!

அழியாச் சித்திரம்

தான் சொல்ல வேண்டியதைக் கச்சிதமாகப் பத்து வார்த்தைகளில் சொல்லிவிட்டு, எழுந்து நின்று, பணிவான குரலில், "நாட்டாண்மைக்காரருக்குத் தெரியாததை நான் எடுத்துச் சொல்லலை! முறை தவறி நடந்து, கெட்ட பேரும் வாங்கி அவமானமும்பட என் மனம் சம்மதப்படாததைத் தான் நான் தெரிவிச்சுக்கிட்டேன். மத்தபடி வேறே எதுவா யிருந்தாலும் உங்க உத்தரவை நிறைவேற்றத் தயங்க மாட்டேன். மன்னிக்கணும்! நான் வரட்டுங்களா ?" என்று கை குவித்து விடை கேட்டான் ஐயணனம்பலம்.

வாய் பேசாமல் தலையை அசைத்து விடை கொடுத்தார். நாட்டாண்மைக்கார காத்தான் அம்பலம்.

அவன் சென்றதும் உள்ளே வந்து பொறி கலங்கிய நிலையில் வெறித்த பார்வையுடன் கூடத்துச் சுவரில் சாய்ந்து கொண்டிருந்த மகளைப் பார்த்தார்! கோபம் பொங்கியது. நாற்பது வருஷ காலமாகக் காப்பாத்திக்கிட்டு வந்த என் கௌரவத்தையும், மானத்தையும் மண்ணாக்கிட்டே பார்த்தாயா? 'முறைமைக்காரன் இருக்கறப்ப, என்னை வந்து பொண்ணு கேக்கச் சொல்றியோ'ன்னு எம்மூஞ்சியிலே காறி உமிஞ்சிட்டில்ல போய்ட்டான் ! உன் மனசு குளுந்து போச்சில்ல?"

அழகம்மாள் சீறியெழுந்தாள்! "என் மனசு குளுந்து போகலே! குமுறுது எரிமலையா! நான் கேடுகெட்ட வையாபுரியையும் கட்டிக்கலை, யோக்கியனான ஐயணனையும் கட்டிக்கலை, கன்னியாகவே வாழ்ந்துட்டுப் போறேன் போ!"

" செய்யி! அங்கே நின்னா இங்கே நின்னா அவன் கூடப் பேசினா, அவனோட சிரிச்சான்னு நாலுபேர் பேசிச் சிரிக்க இடம் கொடுத்து என் மானத்தை வாங்கு" என்று பல்லைக் கடித்தார் காத்தான்.

"மானத்தோட செத்திடுவேனே தவிர மானத்தை வாங்கமாட்டேன் அப்பா."

"ஊம், தாராளமா! கம்மாய்லே விழு. இல்லேன்னா கயத்திலே தொங்கி போலீசிலே மாட்டி வை. ஜெயிலுக்கு அனுப்பு!..."

அழகம்மாள் தத்தளித்தாள்! ஐயணனின் புறக்கணிப்பால் ஏற்பட்ட அதிர்ச்சியும் ஏமாற்றமும் இடியாகத் தாக்கி உட்கார்த்தியிருக்க, பெற்ற தகப்பனும் பேச்சினாலேயே சுடுவதைத் தாங்க மாட்டாமல் தடாரென்று குப்புற விழுந்து 'அம்மா, நிர்க்கதியாக என்னை இப்படி வுட்டுட்டுப் போயிட்டியே ஆத்தா!' என்று அலறினாள்.

நாட்டாண்மைக்காரரின் மனம் பதைத்தது! அழகம்மாளின் மனநிலையை உணர்ந்தார்! ஏதும் பேசாமல் வாசலுக்கு நடந்தார்!

அவரது மனம் அலை பாய்ந்தது !

வையாபுரியிடம் எல்லாவித கெட்ட பழக்கமும், சகவாசமும் உண்டு ! முறைமைக்காரன் என்ற ஒரே ஒரு பாத்தியதையை முன்வைத்துத் தென்பாக தலைநிமிர்வோடு வந்து பெண் கேட்டாள் தங்கை. அவனைக் கட்டிக்கொள்ளத் தன் மகள் சம்மதிக்காததைச் சொன்னதும் அவள் ஆத்திரம் மிகுந்தவளாகி "கட்டிக்கொள்ள மாட்டாளாமா? 'முந்தி கிழித்துத்' தாலி கட்டாவிட்டால் பார்" என்று சபதம் செய்து விட்டுப் போனாள் தங்கை - அதையும் லட்சியம் செய்யாமல், தன் மகளுடைய சந்தோஷ வாழ்வுதான் முக்கியம் என்று நினைத்து, அவள் விரும்பியபடி செய்து வைக்கவே ஐயணன் தாயாருக்கு விவரமாகச் செய்தி அனுப்பி, பெண் கேட்க வரச் சொன்னார் காத்தான் அம்பலக்காரர் !

ஐயணன் சாதிப்பற்றும், நேர்மையும், கண்யமும் வாய்ந்த வாலிபன். போக்கிரியும், பொல்லாதவனுமான வையாபுரி முறைமைக்காரனாக இருக்க, தான் பெண் கேட்டுப் போய் பஞ்சாயத்தார் முன் குற்றவாளியாக நிற்பதா?

நாட்டாண்மைக்காரர் சொல்லுகிறாரே என்று எதை வேண்டுமானாலும் செய்ய முடியுமா? நல்லதனமாக கௌரவமாக மறுத்துவிட வேண்டியதுதான் என்று மறுத்து விட்டான்; அவன் யோக்கியன்.

எனக்குத் தலையிறக்கமாச்சே, என் மகளுக்குக் கல்யாணம் ஆகணுமேன்னு அவன் கவலைப்பட முடியுமா ?......

இப்படி எண்ணங்கள் மனதில் கிளர்ந்தெழ கட்டிலில் படுத்துக் கிடந்தார் காத்தான்.

அழுகை ஓய்ந்து எழுந்தாள் அழகம்மாள் ! அவள் மனத்தில் தெளிவு பிறந்து விட்டது போன்றதொரு தோற்றம். எழுந்து பரபரவென்று சமைத்து மூடி வைத்தாள்!

ஆமாம்! கலியாணமின்று நின்றாலும், தந்தைக்கும் தனக்கும் அவமானம். ஊரில் ஏச்சு. கம்மாவில், கிணற்றில், அல்லது தூக்கிட்டுக் கொண்டாலும் அப்பனுக்கு ஆபத்து !

ஆனால்,இந்த துரதிருஷ்டம் பிடித்தவளுக்காக என்றுதான் என் குல தெய்வம் பதினெட்டாம் படியான்தான் அழகர் மலையிலேயிருந்து அடிவாரத் திடலுக்கு விரட்டி யிருக்கிறான் சிறுத்தையை!

எனக்காகக் காத்திருக்கிற சிறுத்தையைப் போய் ஊரார் கொன்னுடப் பார்த்தால் நடக்குமா? அது அவர்களுக்குப் 'பாய்ச்சல்' காட்டிவிட்டு, புதருக்குள்ளே எங்கேயோ மறைஞ் சிருக்குது!

'நல்லவேளை! ஆடுங்களை மேய்க்கிற சாக்கிலே சிறுத்தைக்கு இரையாகி விட்டால் யாருக்கும் உபத்திரவமில்லை !' இந்த

நினைப்புடன் தெருக் கதவைத் திறந்து ஆடுகளை ஓட்டிக் கொண்டு புறப்பட்டாள் - அப்பனுக்குத் தெரியாமல்!

குறுக்கு வழியாக ஓட்டிக்கொண்டு திடலுக்கு வந்தாள்! மலையடிவாரம் ஜனசஞ்சாரமற்று - அவள் மனத்தைப் போலவே சூனியமாகக் கிடந்தது!

ஆடுகளை மேய விட்டுவிட்டு ஒரு மரத்தடியில் அமர்ந்தாள்! வெறும் வயிறுதான் ! ஆனால் பசிக் களையில்லை!

மானமும் ரோச உணர்வும்தான் வயிற்றை நிறைத்து விட்டனவே!

"பதினெட்டாம்படியானே, உனக்கு தெண்டம்பா! இன்னிக்கென்னை சிறுத்தைக்கிக் காட்டிக் கொடுத்துடு! எங் கவலையைத் தீத்துடுடா அப்பனே, ஆடுங்களை மோப்பம் பிடிச்சுக்கிட்டு... வந்திடாது?"

சிந்தனையில் மூழ்கிக் கிடந்தவள் உர்... உர் என்ற உறுமலைக்கேட்டுத் திடுக்கிட்டு எழுந்தாள். நாலு பக்கமும் பார்த்தாள்!

அதோ! கூப்பிடு தூரத்தில் ஒரு மரத்தின் ஒதுக்குப் புறமாக, ஒரு மனிதனும் சிறுத்தையும் நின்று போராடுவது கண்டு திகைத்தாள் ஒரு கணம்!

மறு வினாடி ஓடிச்சென்று பார்த்தாள்! ஆடுகள் தலை தெறிக்க மரண ஓலமிட்டவாறு சிதறி ஓடின.

ஐயையோ, ஐயணனா! ஆமாம்! அவரே தான்! சிறுத்தையின் முன்னங்கால்களை ஒரு கையிலும், பின்னங்காலை ஒரு கையிலும் பற்றிக் கொண்டு தயிர் கடைவது போல அதன் வயிற்றை மரத்தில் உராசியவாறு கடைந்து கொண்டிருந்தான் ஐயணன்!

அங்குமிங்கும் பார்த்தாள்! ஐயணன் இடுப்பில் குத்து வாள் செருகியிருப்பதைக் கண்டு அதை உருவி எடுத்துக் கொண்டு முன்புறம் வந்தாள்!

அவள் கள்ளர்குல மறப்பெண் அல்லவா?

சிறுத்தையின் கழுத்துப் பக்கம்வந்து நின்று வாளைப் பிடித்து, பிடரியில் குத்தி ஆழச் செருகினாள்!

வாயிலும், மூக்கிலும் உதிரம் கக்க, விழிகள் சுழன்று நிலைகுத்த கோரமான கதறலுடன் உயிரை விட்டது சிறுத்தை!

ஸ்தம்பித்து நின்றான் ஐயணன். " அது செத்திட்டுது, விட்டுடுங்க!" என்றாள் அழகம்மாள். சிறுத்தையின் பிடரியிலிருந்த வாளை உருவியெடுத்தாள்.

ஐயணன் கைவிட்டதும் பொத்தென்று கீழே விழுந்தது சிறுத்தை. தலை முண்டாசைப் பிரித்து முகத்திலும் உடலிலும் வழியும் வியர்வையைத் துடைத்துக் கொண்டான் ஐயணன்.

கையிலிருந்த வாளை அவனிடம் நீட்டி, "இந்தாங்க உங்க குத்துவாள்" என்று கூறிக் கொடுத்துவிட்டுத் திரும்பி நடந்தாள்.

"நில்லு, நீ நாட்டாமக்காரரு மக தானே!" என்று கேட்டான் ஐயணன்.

அவன் குரலிலிருந்த தொனிப்பு அவள் இதயத்தைத் தொட்டு நிறுத்தியிருக்க வேண்டும்! இல்லாவிட்டால் அவளுக்கிருந்த ஆத்திரத்தில் காறி உமிழ்ந்து விட்டே போயிருப்பாள் அவள்!

அவள் நின்றதும்... " இங்கெங்கே வந்தே நீ?" என்றான். எங்கே வந்தேனா? சாவத்தான்! வையாபுரிக்கு வாழ்க்கைப்பட்டு அவனுக்கு இரையாவதைவிட, சிறுத்தைக் கிரையாகி விடலாம்னுதான் வந்தேன், இங்கேயும் குறுக்கிட்டு என் நெனைப்பிலே நெருப்பைக் கொட்டிட்டீங்க; போவுது; எனக்கு வேறே வழியில்லாம இல்லே! நீங்க

மானமா,மரியாதையா, ஊருக்கும், நாட்டாமைக்காரருக்கும் நல்லவுங்களா-பெத்தவங்களுக்குப் பிள்ளையா....."

"ஏ! நிறுத்து அம்மட்டோடு! போ, நேர வீட்டைப் பார்க்க, நட, நான் போய் நேரே பஞ்சாயத்தாரைப் பார்த்து, விவரமெல்லாம் சொல்லி, ஆக வேண்டியதை யெல்லாம் முடிச்சிக்கிட்டுப் பரிசம் போட வருவேன். அதுவரைக்கும் முந்தியை மட்டும் பத்திரமாகப் பாத்துக்க ! என்ன சரிதானா? பெருமாள் மாடு கணக்கா தலையை ஆட்டறியே, வாயைத் திறந்து சொல்லேன்!" என்றான் ஐயணன் குறும்பு நிறைந்த குரலில்.

அழகம்மாள் தலை நிமிர்ந்தது ! ஓரக் கண்ணால் பார்த்து, 'ஆமாம், சாகத் துணிஞ்ச பிறகுதான், மனசு இரங்கிச்சாக்கும்; ஆமா, நீங்க இப்படி எங்கே வந்தீங்க ?" என் சட்டென்று நினைவு கூர்ந்தவளாகக் கேட்டாள் அழகம்மாள். நானா! நெல்லுப் பிடிக்கப் போனவன், வண்டியோட கூட நடந்து வந்தப்போ, மதகடியிலிருந்து இது பாஞ்சு ஓடியதைப் பார்த்துத் துரத்திக் கொண்டே வந்தேன்! இங்கே வந்து புதருக்கடியிலே புகுந்தது ! கம்பாலே ஓங்கியடிச்சேன். சிறுத்தை புதர்லே மறைஞ்சுப் பாய வந்தது. குத்துவாளை எடுக்கக்கூட நேரமில்லே: அப்படி மரத்துக்குப் பின்பக்கமாக நின்னு லாவிப் பிடிச்சேன் காலுங்களை ?......"

"நான் வராட்டியும்கூட இன்னும் சித்தெக்கெல்லாம் செத்திருக்கும் !..."

"இல்லே! பின்னங்காலு கையிலேயிருந்து நழுவி நுனிக்கி வந்திட்டுது ! நீ வரல்லேன்னா அது அடுத்த வினாடி உருவிக்கிட்டு இருக்கும்! அப்பாட ! எவ்வளவு நேரமாச்சு நீ வந்து! அப்பாரு தேட மாட்டாரு? போ வீட்டுக்கு. சாலை வரைக்கும் கொண்டாந்து விடவா?"

"இப்ப வேணாம்! அப்புறமா...!"

"உம், உனக்கும் எனக்கும் முடிஞ்சிட்டிருக்கிறான் அந்தக் கடவுளு! வேண்டாம்னால் விடுமா ? நட! பத்திரமா யிரு என்ன?''

தலையை ஆட்டிவிட்டு நடந்தாள் அழகம்மாள்.

இனி திரும்பி வரப்போவதில்லை என்ற நினைப்புடன் அசிரத்தையாக மூடிவிட்டு வந்த வேலிப் படலைத் தள்ளிக் கொண்டு உள்ளே வந்தாள் அழகம்மாள். ஆடுகள் அங்கங்கு படுத்துக் கிடந்தன!

கொல்லைப்புறம் சந்தடிகேட்டு ஓடிவந்து பார்த்த காத்தான், "எங்கே போனே அழகு, சொல்லாமல் கொள்ளாமல்! உன்னை எங்கேன்னு தேடறது நான்?" என்று கேட் டார்.

தந்தையை உட்காரச் சொல்லி, அருகில் தானும் அமர்ந்து, சாவதானமான குரலில் நடந்த நிகழ்ச்சியை அப்படியே விவரித்தாள் அழகம்மாள்.

காத்தானுக்கு ஒரே திகைப்பு! செத்துவிடத் தீர்மானித்து வீட்டை விட்டுப் போன மகளை அதட்டி வைது கோபிப்பதா அல்லது தனது மதிப்பைப் பெற்ற யோக்கியனான ஐயணனே தனக்கு மருமகனாகச் சம்மதித்து மனக்கவலை தீர்த்து வைத்ததற்குச் சந்தோஷப்பட்டு மகளைத் தட்டிக் கொடுத்து மெச்சுவதா என்று புரியாமல் முகத்தில், வெற்றியும் களிப்பும் குதி போட அருகில் அமர்ந்திருக்கும் மகளைக் கூர்ந்து பார்த்தார் நாட்டாண்மைக்காரர்.

"என்ன அப்படிப் பாக்கறீங்க அப்பா? பெத்த தகப்பனைத் தவிக்க விட்டுவிட்டு சாகத் துணிந்தாளே என்கிற கோபமா எம்மேலே? அதுக்கு அபராதக் காணிக்கையாகத்தான் நல்ல சேதி கொண்டுவந்திருக்கேனே !" என்று குரலில் கெஞ்சலும் கொஞ்சலும் ஒலிக்கச் சிணுங்கினாள் அழகம்மாள்.

அதற்குப்பின் மூன்று நாட்கள் போய்விட்டன.

பௌர்ணமி நிலவில் வாசலில் கயிற்றுக் கட்டிலைப் போட்டுக்கொண்டு, தாயையும் அருகில் அமரச் சொல்லி பஞ்சாயத்து போர்டு தலைவரைப் பார்த்துப் பேசிக் கொண்டிருந்ததை வேலம்மாளிடம் சொல்லிக் கொண்டிருந்தான் ஐயணன்.

அவசர அவசரமாக யாரோ, தன் வீட்டுக்காக வருவதைக் கண்ட வேலம்மாள் "யாருடா பயலே அது? வேக வேகமா வாரானே யாரோடு" என்றாள்.

"அட, வையாபுரி வருகிறான் அம்மா; தனிச்சு வருகிறானே, என்ன சங்கதின்னு...!"

சொன்ன சொல் பூர்த்தியாகு முன்பே அருகில் வந்து விட்ட வையாபுரி ஐயணன் பக்கத்தில் வந்து பொத்தென்று அமர்ந்தான்!

"வாங்க, வாங்க, ஆத்தா, நம்ம வையாபுரி அம்பலக்காரருல்ல..."

"அட! வாப்பா, ஆத்தா, அப்பாரு எல்லாம் சொகம் தானே?" என்று விசாரித்தாள் வேலம்மாள்.

"எல்லாரும் சுகம்தான். வந்து உங்க கிட்டத்தான் ஒரு விஷயம் சொல்லிட்டுப் போக வந்திருக்கிறேன்; இப்ப நான் பழைய வையாபுரியில்லே! அது முதல் சங்கதி. ஆச்சா நீங்க தாராளமா நாட்டாண்மைக்காரர் மகளைக் கலியாணம் செய்துக்கலாம். பஞ்சாயத்து பொன்னம்பலகாரர் எல்லாம் சொன்னாரு.

எங்க அம்மாவானால் ஒரே பிடிவாதமா, 'முந்தி கிழிச்சு' அவள் கழுத்திலே நீ தாலி கட்டாத போனால் நீ என் மகனுமில்லை; ஆம்பிளையுமில்லைன்னு குதிக்கிறாள். நல்லாக் குதிச்சிக்கிட்டுக் கிடக்கட்டும். அதைப்பற்றி எனக்குக் கவலையில்லை.

இரண்டாவது, நான் சீட்டாடுகிறவன். குடிக்கிறவன், கெட்டவன், பொல்லாத போக்கிரியும் கூடத்தான். ஆனால்- அம்பலக்காரரே, எனக்கு, வீராப்பும், தன்மானமும் உண்டு, ரோசமும் அதுக்கு மேலே உண்டு. சுகத்தை - அனுபவிக்கணும் என்கிற ஆசை எவ்வளவு உண்டோ, அவ்வளவுக்கு அதைத் 'தூ'ன்னு துப்பி மண்ணைத் தள்ளி மூடவும் என்னாலே முடியும்!"

"அந்தக் குட்டி, நான் கட்டவேண்டிய முறைமைக்காரி, மாமன் மக. அவள் தனக்கு என்னைப் பிடிக்கலைன்னாலும், என்னைப் பெத்தவள் 'வேணாம்டா அது, விட்டுவிடு'ன்னு குறுக்கே விழுந்து மறிச்சாலும், நம்ம சாதியாசாரப்படி, கட்டுப் பாட்டுப்படி-நான் அவள் மேலே வச்சிருந்த ஆசைக்கி அவள் 'முந்தியைக் கிழிச்சு' அவள் கழுத்தில் தாலி கட்டிருப்பேன்! 'ஏண்டா கட்டலை' என்கிறியளா? எப்போ, அவளுடைய நினைப்பு வேறே ஆண்பிள்ளை மேலே போயிட்டுதோ அந்தப் பொண்ணை நான் கட்டவே மாட்டேன்! பதினெட்டாம் படியான் சாட்சியா கட்டமாட்டேன்! இது தெரியாதபடி வையாபுரிக்கு இரையாவதை விட சிறுத்தைக்கி இரையாகப் போகிறேன் என்று செத்துடப் போனாளாம். அது காதிலே கேட்டதிலிருந்து என் குடல் அப்படியே பதறுது அம்பலக்காரரே-பதறுது! நினைப்பு நெஞ்சைத் தீயாகத் தீண்டித் தீய்க்குது! அவளுடய மதிப்பிலே- நான் சிறுத்தையிலும் கேடு கெட்ட சென்மம்னு ஆயிடுச்சு பாருங்க! அதனா இரண்டுகால் மிருகமா ஊதாரியா, உதாவாக்கரையா, சோம்பேறியா இருக்கிறதைவிட கண்காணாத சீமைக்குப் போயி- எப்படியோ இருந்துக்கிறது!

"இதெல்லாம்; கிடக்கட்டும்;

"என் சொத்து நஞ்சை முப்பது ஏக்கரா, புஞ்சை பதினெட்டு ஏக்கரா, வீடு எல்லாத்தையும் எங்கம்மாவுக்குப் பிறகு மாமனை, அவரோட வாரிசைச் சேரணுமினு எழுதி ரெயிஸ்தரு பண்ணி, பத்திரத்தை பந்தோபஸ்தா பாங்கியிலே

வச்சிட்டேன். இந்த சங்கதி ஊருக்குள் வேறே யாருக்கும் - அதாவது என்னைச் சேர்ந்தவங்களுக்குத் தெரியாது.

"நீங்க மனசுலே கரவு இல்லாமல் அழகம்மாளைக் கலியாணம் செய்துக்கிட்டு நல்லாயிருக்கணும். உங்க மேலே ஆத்திரமோ கோவமோ எனக்கில்லே. உங்கவரைக்கும் நீங்க கண்ணியமா, ஒழுங்காகத்தான் நடந்துக்கிட்டீங்க- முதல்லே.

அதிலே எனக்கு ரொம்ப சந்தோசம். கடைசியா இதெல்லாம் மாமன் கிட்டச்சொல்லி வவுத்தெரிச்சல் தீர நாலு வார்த்தை கேட்டுட்டுப் போயிடலாம்தான். ஆனால் அந்த மனிசன் முகத்தைப் பார்க்கவோ, பேசவோ பிடிக்கலை. அதனாலே யோக்கியப் பொறுப்பொட நடந்துக்கிட்ட உங்க கிட்ட சங்கதியை சொல்லிட்டுப் போகலாம்னு தான் வந்தேன்" என்றான்.

அதுவரையில் சிலையாகச் சமைந்திருந்த ஐயணன் வையாபுரியின் கையைப் பற்றி "குந்துங்க இப்படி" என்று அவனை உட்கார்த்த முயன்றான்.

"புண்ணிய மில்லை. உட்டுடுங்க?" பசையற்ற குரலில் கண்டிப்போடு சொன்னான் வையாபுரி.

"எதுக்கும் அவசரப்படக் கூடாதுங்க.''

"அவசரப்படலையே! நிதானமாக ஆற அமர மூணு நாள் யோசிச்சு செய்தமுடிவுல்ல இது! உல்லாசப் பிரியன் தான் வையாபுரி.ஆனால் சொல்லுப் பொறுக்காத ரோசக்காரன். ரோசங்கெட்டுப் பிழைக்கக் கூடாது பாருங்க மனிசுனாப் பொறந்தவன்! உத்தரவு குடுங்க" என்று சொல்லி கையை உதறி விடுவித்துக் கொண்டு கைகுவித்து கும்பிடு போட்டு விட்டு நடையைக் கட்டினான் வையாபுரி திரும்பிப் பாராதவனாக.

அவன் போய் விட்டான்! அவனுடைய துடிப்பும், வேதனையும் மிக்க முகமும், ஆழ்ந்த துயரைத் தேக்கி நின்ற கண்களும், பசையற்ற குரலுமாகச் சேர்ந்து ஐயணனின்

மனதில் ஆழப்பதிந்து விட்டதே - ஆயுசுக்கும் அழியாச் சித்திரமாக!

முற்றும்.

★★★

www.ingramcontent.com/pod-product-compliance
Lightning Source LLC
LaVergne TN
LVHW051115051026
849532LV00004BB/1554